THIS JOURNAL BELONGS TO:

"The main thing is to be moved, to love, to hope, to tremble, to live."
—Auguste Rodin

On the cover:

A Bouquet of Flowers in a Crystal Vase
Nicolaes van Veerendael, Flemish, 1640–1691
Bequest of Stephen Whitney Phoenix, 1881 81.1.652

All works are from the collection of The Metropolitan Museum of Art.

ISBN: 978-1-4197-2425-1

Printed and bound in China
10 9 8 7 6 5 4 3 2 1

Abrams Noterie products are available at special discounts when purchased in quantity for premiums and promotions as well as fundraising or educational use. Special editions can also be created to specification. For details, contact specialsales@abramsbooks.com or the address below.

ABRAMS The Art of Books
115 West 18th Street, New York, NY 10011
abramsbooks.com

JANUARY

1

Bouquet of Flowers in a Vase

Vincent van Gogh,
Dutch, 1853–1890

The Walter H. and Leonore Annenberg Collection, Gift of Walter H. and Leonore Annenberg, 1993, Bequest of Walter H. Annenberg, 2002
1993.400.4

20__ ____________________

20__ ____________________

20__ ____________________

20__ ____________________

20__ ____________________

JANUARY | 2

Charlotte du Val d'Ognes (died 1868)

Marie Denise Villers, French, 1774–1821

Mr. and Mrs. Isaac D. Fletcher Collection, Bequest of Isaac D. Fletcher, 1917 17.120.204

20__ ______________________

20__ ______________________

20__ ______________________

20__ ______________________

20__ ______________________

JANUARY | 3

The Interior of an Atelier of a Woman Painter

Marie Victoire Lemoine, French, 1754–1820

Gift of Mrs. Thorneycroft Ryle, 1957 57.103

20__ ____________________

20__ ____________________

20__ ____________________

20__ ____________________

20__ ____________________

JANUARY

4

Three Friezes with Ornamental Foliage

Designed and engraved by Enea Vico, Italian, 1523–1567

Harris Brisbane Dick Fund, 1953 53.600.46

20__ __ ______________________________

20__ __ ______________ 20__ __ ______________

______________ ______________

______________ ______________

______________ ______________

20__ __ ______________ 20__ __ ______________

______________ ______________

______________ ______________

______________ ______________

Dish in the Shape of a Leaf

Chinese, Tang dynasty (618–907)

Purchase, Arthur M. Sackler Gift, 1974 1974.268.11

20__ ____________________

20__ ____________________

20__ ____________________

20__ ____________________

20__ ____________________

JANUARY

6

15, rue Maître-Albert

Eugène Atget,
French, 1857–1927

Rogers Fund, 1991
1991.1233

20__ ____________________

20__ ____________________

20__ ____________________

20__ ____________________

20__ ____________________

Vase of Flowers and Conch Shell

Anne Vallayer-Coster, French, 1744–1818

Gift of J. Pierpont Morgan, 1906 07.225.504

20__ ______________________________

20__ ______________________________

20__ ______________________________

20__ ______________________________

20__ ______________________________

JANUARY

8

Large Boston Public Garden Sketchbook: Two women conversing on the street

Maurice Brazil Prendergast,
American, 1858–1924

Robert Lehman Collection, 1975 1975.1.929

20__ ____________

20__ ____________

20__ ____________

20__ ____________

20__ ____________

JANUARY | 9

Two Tori-oi, or Itinerant Women Musicians of the Eta Class

Kitagawa Utamaro,
Japanese, 1753?–1806

Gift of the Estate of Samuel Isham, 1914 JP998

20__ ____________________

20__ ____________________

20__ ____________________

20__ ____________________

20__ ____________________

JANUARY

10

Dancer with a Fan

Edgar Degas,
French, 1834–1917

H. O. Havemeyer Collection, Bequest of Mrs. H. O. Havemeyer, 1929 29.100.557

20__ ____________________

20__ ____________________

20__ ____________________

20__ ____________________

20__ ____________________

The Dance Class

Edgar Degas,
French, 1834–1917

Bequest of Mrs. Harry Payne Bingham, 1986
1987.47.1

20__ ______________________________

20__ ______________________________

20__ ______________________________

20__ ______________________________

20__ ______________________________

The Four Trees

Claude Monet,
French, 1840–1926

H. O. Havemeyer Collection, Bequest of Mrs. H. O. Havemeyer, 1929 29.100.110

20__ ____________________

20__ ____________

20__ ____________

20__ ____________

20__ ____________

Sketchbook of a Journey to the Château d'Eu

Pierre François Léonard Fontaine,
French, 1762–1853

Gift of The Apollo Circle, in honor of Philippe de Montebello, 2008 2008.337a–ee

20__ ______________________

20__ ______________________

20__ ______________________

20__ ______________________

20__ ______________________

JANUARY

14

Still Life with Teapot and Fruit

Paul Gauguin, French, 1848–1903

The Walter H. and Leonore Annenberg Collection, Gift of Walter H. and Leonore Annenberg, 1997, Bequest of Walter H. Annenberg, 2002 1997.391.2

20__ ______________________

20__ ______________

20__ ______________

20__ ______________

20__ ______________

Sunflowers

Vincent van Gogh,
Dutch, 1853–1890

Rogers Fund, 1949 49.41

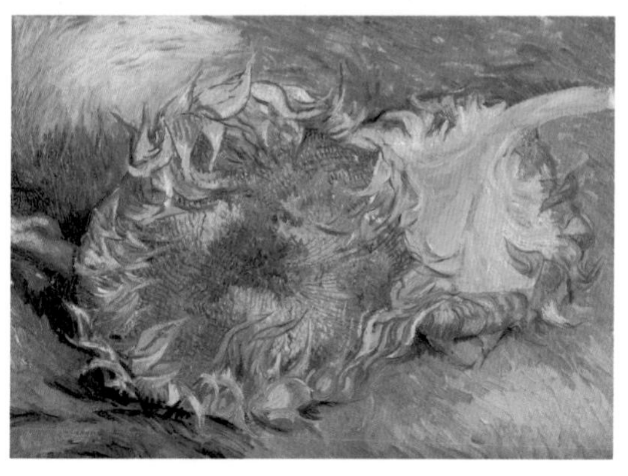

20__ ____________________

20__ ____________________

20__ ____________________

20__ ____________________

20__ ____________________

JANUARY | 16

The Unicorn in Captivity* from the *Unicorn Tapestries

South Netherlandish, 1495–1505

Gift of John D. Rockefeller Jr., 1937 37.80.6

20__ ______________________________

20__ ______________ 20__ ______________

______________ ______________

______________ ______________

______________ ______________

20__ ______________ 20__ ______________

______________ ______________

______________ ______________

______________ ______________

JANUARY | 17

Jewel Box

Dagobert Peche,
Austrian, 1887–1923

Manufactured by
Wiener Werkstätte,
Austrian, 1903–1932

Purchase, Anonymous
Gift, 1978 1978.8a–c

20__ ______________________________

20__ ______________

20__ ______________

20__ ______________

20__ ______________

JANUARY | 18

View on the Columbia, Cascades

Carleton E. Watkins, American, 1829–1916

Warner Communications Inc. Purchase Fund and Harris Brisbane Dick Fund, 1979 1979.622

20__ ____________________

20__ ____________________

20__ ____________________

20__ ____________________

20__ ____________________

The Bay of Naples

Auguste Renoir, French, 1841–1919

Bequest of Julia W. Emmons, 1956 56.135.8

20__ __

20__ __

20__ __

20__ __

20__ __

JANUARY

20

Lady Lilith

Dante Gabriel Rossetti, British, 1828–1882

Henry Treffry Dunn, British, 1838–1899

Rogers Fund, 1908 08.162.1

20__ ____________________

20__ ____________________

20__ ____________________

20__ ____________________

20__ ____________________

JANUARY 21

A Woman Reading

Camille Corot,
French, 1796–1875

Gift of Louise Senff Cameron, in memory of her uncle, Charles H. Senff, 1928 28.90

20__ ____________________

20__ ____________________

20__ ____________________

20__ ____________________

20__ ____________________

JANUARY

22

Lucretia

Raphael, Italian, 1483–1520

Purchase, Lila Acheson Wallace Gift, 1997
1997.153

20__ ____________________

20__ ____________________

20__ ____________________

20__ ____________________

20__ ____________________

JANUARY | 23

Charity

Circle of Jacques du Broeucq, ca. 1500–1584

Purchase, Josephine Bay Paul and C. Michael Paul Foundation Inc. Gift and Charles Ulrick and Josephine Bay Foundation Inc. Gift, 1965 65.110

20__ ______________________

20__ ______________

20__ ______________

20__ ______________

20__ ______________

JANUARY

24

Camel

Chinese, Northern Wei (386–534)–Northern Qi (550–77) dynasty

Rogers Fund, 1928 28.121

20__ ______________________________

20__ ______________________________

20__ ______________________________

20__ ______________________________

20__ ______________________________

JANUARY 25

Flight Into Egypt

Henry Ossawa Tanner, American, 1859–1937

Marguerite and Frank A. Cosgrove Jr. Fund, 2001
2001.402a

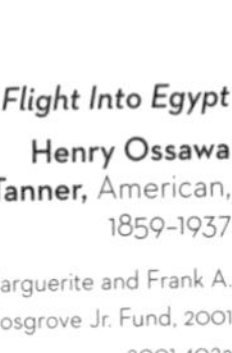

20__ ____________________

20__ ____________________

20__ ____________________

20__ ____________________

20__ ____________________

JANUARY 26

Landscape with Cows

Arthur B. Davies,
American, 1862–1928

Bequest of Susan Dwight Bliss, 1966 67.55.137

20__ ____________________

20__ ____________________

20__ ____________________

20__ ____________________

20__ ____________________

JANUARY | 27

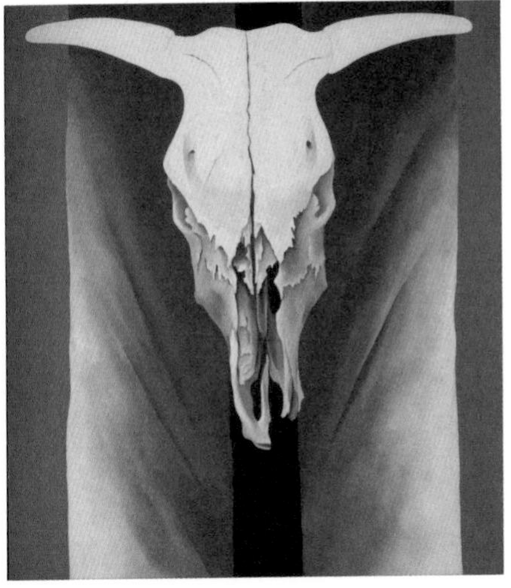

Cow's Skull: Red, White, and Blue

Georgia O'Keeffe, American, 1887–1986

Alfred Stieglitz Collection, 1952 52.203

20__ ______________________

20__ ______________________

20__ ______________________

20__ ______________________

20__ ______________________

JANUARY

28

Matilda Stoughton de Jaudenes

Gilbert Stuart,
American, 1755–1828

Rogers Fund, 1907 07.76

20__ ______________________

20__ ______________________

20__ ______________________

20__ ______________________

20__ ______________________

Pillow cover
Candace Wheeler,
American, 1827–1923
Gift of Candace Pullman Wheeler, 2002 2002.355.1

20__ ____________________

20__ ____________ 20__ ____________

20__ ____________ 20__ ____________

JANUARY

30

Black Stork in a Landscape

British, ca. 1780

Louis E. and Theresa S. Seley Purchase Fund for Islamic Art and Rogers Fund, 2000 2000.266

20__ ____________________

20__ ____________________

20__ ____________________

20__ ____________________

20__ ____________________

JANUARY

31

Watch Pin

Riker Brothers,
American, active
1892–1926

Purchase, Susan and Jon Rotenstreich Gift, 2001
2001.331

20__ ____________________

20__ __________ 20__ __________

20__ __________ 20__ __________

FEBRUARY

1

Peacocks and Peonies

Tani Bunchō,
Japanese, 1763–1840

Charles Stewart Smith Collection, Gift of Mrs. Charles Stewart Smith, Charles Stewart Smith Jr., and Howard Caswell Smith, in memory of Charles Stewart Smith, 1914 14.76.51

20__ ______________________

20__ ______________

20__ ______________

20__ ______________

20__ ______________

FEBRUARY | 2

Pink and Rose

William Morris,
British, 1834–1896

Purchase, Edward C. Moore Jr. Gift, 1923
23.163.4a

20__ ______

20__ ______

20__ ______

20__ ______

20__ ______

FEBRUARY | 3

Portrait of the Elephant 'Alam Guman

Painting attributed to Bichitr, active ca. 1610–1660

Harris Brisbane Dick Fund, 1996 1996.98a

20__

20__

20__

20__

20__

FEBRUARY

Vase (vase à tête d'éléphant) (one of a pair)

Jean-Claude Duplessis, French, ca. 1695–1774, active 1748–1774

Sèvres Manufactory, French, 1740–present

Gift of Samuel H. Kress Foundation, 1958
58.75.90a, b

20__ ______________________

20__ ______________________

20__ ______________________

20__ ______________________

20__ ______________________

A Vase with Flowers

Jacob Vosmaer,
Dutch, ca. 1584–1641

Purchase, 1871 71.5

20__ ______________________________

20__ ______________________________

20__ ______________________________

20__ ______________________________

20__ ______________________________

Flower Study, Rose of Sharon

Adolphe Braun, French, 1811–1877

Gift of Gilman Paper Company, in memory of Samuel J. Wagstaff Jr., 1987 1987.1161

20__ ____________________

20__ ____________________

20__ ____________________

20__ ____________________

20__ ____________________

FEBRUARY 7

Madame Marsollier and Her Daughter

Jean Marc Nattier, French, 1685–1766

Bequest of Florence S. Schuette, 1945 45.172

20__ ______________________________

20__ ______________ 20__ ______________

20__ ______________ 20__ ______________

FEBRUARY 8

A Domestic Scene

Annibale Carracci,
Italian, 1560–1609

Purchase, Mrs. Vincent Astor and Mrs. Charles Payson Gifts, Harris Brisbane Dick and Rogers Funds, 1972 1972.133.2

20__ ______________________

20__ ______________

20__ ______________

20__ ______________

20__ ______________

FEBRUARY | 9

Study of a Young Woman

Johannes Vermeer, Dutch, 1632–1675

Gift of Mr. and Mrs. Charles Wrightsman, in memory of Theodore Rousseau Jr., 1979
1979.396.1

20__ ________________________________

20__ ________________ 20__ ________________

20__ ________________ 20__ ________________

FEBRUARY 10

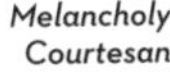

Melancholy Courtesan

Indian (Rajasthan, Bundi, or Kota [?]), ca. 1750

Purchase, Evelyn Kranes Kossak and Josephine L. Berger-Nadler Gifts and funds from various donors, 1995 1995.232

20__ ______________________________

20__ ______________________________

20__ ______________________________

20__ ______________________________

20__ ______________________________

FEBRUARY

11

Outer Robe (Uchikake) with Mandarin Oranges and Folded-Paper Butterflies

Japanese, late 18th–early 19th century

Gift of Ilse Bischoff, 1976
1976.108

20__ ______________________

20__ ______________________

20__ ______________________

20__ ______________________

20__ ______________________

Woman Admiring Plum Blossoms at Night

Suzuki Harunobu, Japanese, 1725–1770

Fletcher Fund, 1929
JP1506

FEBRUARY | 12

20__ ______________________

20__ ______________________

20__ ______________________

20__ ______________________

20__ ______________________

FEBRUARY | 13

Masqueraders

Raimundo de Madrazo y Garreta, Spanish, 1841–1920

Robert Lehman Collection, 1975 1975.1.233

20__ ______________________________

20__ ______________

20__ ______________

20__ ______________

20__ ______________

Springtime

Pierre-Auguste Cot,
French, 1837–1883

Gift of Steven and Alexandra Cohen, 2012 2012.575

FEBRUARY | 14

20__ ____________________

20__ ____________________

20__ ____________________

20__ ____________________

20__ ____________________

FEBRUARY

15

Genius of Mirth

Thomas Crawford,
American, 1813?–1857

Bequest of Annette W. W. Hicks-Lord, 1896 97.13.1

20__

20__

20__

20__

20__

FEBRUARY 16

The Little Fourteen-Year-Old Dancer

Edgar Degas,
French, 1834–1917

H. O. Havemeyer Collection, Bequest of Mrs. H. O. Havemeyer, 1929 29.100.370

20__ ______________________

20__ ______________________

20__ ______________________

20__ ______________________

20__ ______________________

FEBRUARY | 17

Peony

Wang Wu, Chinese, 1632–1690

Bequest of John M. Crawford Jr., 1988
1989.363.140

20__ ____________________

20__ ____________________

20__ ____________________

20__ ____________________

20__ ____________________

FEBRUARY | 18

Still Life: Vase of Peonies

Edmund Charles Tarbell, American, 1862–1938

Gift of Mrs. J. Augustus Barnard, 1979 1979.490.1

20__ ______________________

20__ ______________________

20__ ______________________

20__ ______________________

20__ ______________________

FEBRUARY

19

"Khusrau Seated on his Throne", Folio from a *Khamsa (Quintet) of Nizami*

Nizami (Ilyas Abu Muhammad Nizam al-Din of Ganja), probably 1141–1217,

Gift of Alexander Smith Cochran, 1913 13.228.7.4

20__ ______________________________

20__ ______________ 20__ ______________

______________ ______________

______________ ______________

______________ ______________

20__ ______________ 20__ ______________

______________ ______________

______________ ______________

______________ ______________

FEBRUARY 20

The Artist Kitao Masanobu Relaxing at a Party

Kitagawa Utamaro, Japanese, 1753?–1806

The Francis Lathrop Collection, Purchase, Frederick C. Hewitt Fund, 1911 JP737

20__ ______________________________

20__ ______________________________

20__ ______________________________

20__ ______________________________

20__ ______________________________

FEBRUARY 21

Modern Rome

Giovanni Paolo Panini, Italian, 1691–1765

Gwynne Andrews Fund, 1952 52.63.2

20__ ______________________

20__ ______________________

20__ ______________________

20__ ______________________

20__ ______________________

FEBRUARY 22

Prayer in the Mosque

Jean-Léon Gérôme,
French, 1824–1904

Catharine Lorillard Wolfe Collection, Bequest of Catharine Lorillard Wolfe, 1887 87.15.130

20__ ______________________________

20__ ______________

20__ ______________

20__ ______________

20__ ______________

FEBRUARY | 23

Office in a Small City

Edward Hopper, American, 1882–1967

George A. Hearn Fund, 1953 53.183

20__ ________________________

20__ ____________

20__ ____________

20__ ____________

20__ ____________

Icarus, Empire State Building

Lewis Hine, American, 1874–1940

Ford Motor Company Collection, Gift of Ford Motor Company and John C. Waddell, 1987 1987.1100.119

20__ ______________________

20__ ______________________

20__ ______________________

20__ ______________________

20__ ______________________

FEBRUARY

25

Marble grave stele of a little girl

Greek, Classical Period

Fletcher Fund, 1927 27.45

20__ ________________

20__ ________________

20__ ________________

20__ ________________

20__ ________________

Mrs. Pierre Bacot (Marianne Fleur Du Gue)

Henrietta Johnston,
ca. 1674–1729

Gift of Mrs. J. Insley Blair, 1947 47.103.23

20__ ______________________________

20__ ______________

20__ ______________

20__ ______________

20__ ______________

FEBRUARY

27

Saint Ursula and Her Maidens

Niccolò di Pietro, Italian, active 1394–1427/30

Rogers Fund, 1923 23.64

20__ ______________________________

20__ ______________

20__ ______________

20__ ______________

20__ ______________

FEBRUARY | 28

Portrait of a Woman

British, ca. 1600

Gift of J. Pierpont Morgan, 1911 11.149.1

20__ ________________

20__ ________________

20__ ________________

20__ ________________

20__ ________________

FEBRUARY

29

Magnolias and Irises

Louis Comfort Tiffany,
American, 1848–1933

Tiffany Studios,
American, 1902–1932

Anonymous Gift, in memory of Mr. and Mrs. A. B. Frank, 1981 1981.159

20__ ____________________

20__ ____________________

20__ ____________________

20__ ____________________

20__ ____________________

MARCH | 1

Wild Roses and Irises

John La Farge,
American, 1835–1910

Gift of Priscilla A. B. Henderson, in memory of her grandfather, Russell Sturgis, a founder of The Metropolitan Museum of Art, 1950 50.113.3

20__ ______________________

20__ ______________________

20__ ______________________

20__ ______________________

20__ ______________________

MARCH | 2

The Dancing Class

Edgar Degas, French, 1834–1917

H. O. Havemeyer Collection, Bequest of Mrs. H. O. Havemeyer, 1929 29.100.184

20__ ____________________

20__ ____________________

20__ ____________________

20__ ____________________

20__ ____________________

The Rehearsal Onstage

Edgar Degas, French, 1834–1917

H. O. Havemeyer Collection, Bequest of Mrs. H. O. Havemeyer, 1929 29.100.39

20__ ______________________________

20__ ______________________________

20__ ______________________________

20__ ______________________________

20__ ______________________________

MARCH | 4

Bashi-Bazouk

Jean-Léon Gérôme, French, 1824–1904

Gift of Mrs. Charles Wrightsman, 2008
2008.547.1

20__ ______

20__ ______

20__ ______

20__ ______

20__ ______

MARCH | 5

Vase

Louis Comfort Tiffany, American, 1848–1933

Tiffany Furnaces, American, 1902–1920

Gift of Louis Comfort Tiffany Foundation, 1951
51.121.10

20__ ____________________

20__ ____________________

20__ ____________________

20__ ____________________

20__ ____________________

MARCH

6

Ramesses III and Prince Amenherkhepeshef before Hathor

Nina de Garis Davies, 1881–1965

Original from Egypt, ca. 1184–1153 B.C., facsimile created in 1933

Rogers Fund, 1933 33.8.7

20__ ______

20__ ______

20__ ______

20__ ______

20__ ______

Inlay Depicting "Horus of Gold"

Egyptian (Middle Egypt, Hermopolis (el-Ashmunein)), Late Period–Ptolemaic Period

Purchase, Edward S. Harkness Gift, 1926
26.7.996

20__ ______________________

20__ ______________

20__ ______________

20__ ______________

20__ ______________

MARCH | 8

Page from Manuscript of *The Cloisters Apocalypse*

French (Normandy), ca. 1330

The Cloisters Collection, 1968 68.174

20__ ____________________

20__ ____________________

20__ ____________________

20__ ____________________

20__ ____________________

Shah Jahan on Horseback

Folio from the *Shah Jahan Album*

Payag, Indian, active ca. 1591–1658

Purchase, Rogers Fund and The Kevorkian Foundation Gift, 1955 55.121.10.21

20__ ______________________

20__ ______________

20__ ______________

20__ ______________

20__ ______________

MARCH | 10

Jar with Dragon

Chinese, Ming Dynasty (1368–1644), Xuande mark and period (1426–35)

Gift of Robert E. Tod, 1937 37.191.1

20__ ____________________

20__ ____________________

20__ ____________________

20__ ____________________

20__ ____________________

MARCH | 11

Knotted Dragon Pendant

Chinese, Shang dynasty (ca. 1600–1046 B.C.)

Gift of Ernest Erickson Foundation, 1985
1985.214.99

20__ ____________________

20__ ____________________

20__ ____________________

20__ ____________________

20__ ____________________

MARCH | 12

Plaque with Censing Angels

French, ca. 1170–1180

The Cloisters Collection, 2001 2001.634

20__ ______________________________

20__ ______________

20__ ______________

20__ ______________

20__ ______________

Garden Gathering

Islamic, 1640–1650

Rogers Fund, 1903 03.9c

20__ ________________

20__ ________________

20__ ________________

20__ ________________

20__ ________________

MARCH | 14

The Angel of Death and the Sculptor from the Milmore Memorial

Daniel Chester French, American, 1850–1931

Gift of a group of Museum trustees, 1926 26.120

20__ ______________________________

20__ ______________

20__ ______________

20__ ______________

20__ ______________

MARCH

The Annunciation
Gerard David,
Netherlandish, ca. 1455–1523

Bequest of Mary Stillman Harkness, 1950
50.145.9ab

20__ ____________________

20__ ____________________

20__ ____________________

20__ ____________________

20__ ____________________

MARCH 16

Woman before a Mirror

Henri de Toulouse-Lautrec, French, 1864–1901

The Walter H. and Leonore Annenberg Collection, Bequest of Walter H. Annenberg, 2002 2003.20.15

20__ ______________________

20__ ______________________

20__ ______________________

20__ ______________________

20__ ______________________

MARCH 17

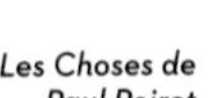

Les Choses de Paul Poiret

Georges Lepape,
French, 1887–1971

Museum Accession, transferred from the Library 1978.671.6

20__ ______________________________

20__ ______________________

20__ ______________________

20__ ______________________

20__ ______________________

MARCH | 18

An Old Song

William John Hennessy, Irish, 1839–1917

Purchase, Gift of George A. Lucas and Bequest of George D. Pratt, by exchange, 1982 1982.314

20__ ______________________

20__ ______________________

20__ ______________________

20__ ______________________

20__ ______________________

Grand Pianoforte

Érard and Co.,
British, ca. 1840

Gift of Mrs. Henry McSweeney, 1959 59.76

20__ ________________

20__ ________________

20__ ________________

20__ ________________

20__ ________________

MARCH | 20

Finches and Bamboo

Emperor Huizong, Chinese, 1082–1135; r. 1100–1125

John M. Crawford Jr. Collection, Purchase, Douglas Dillon Gift, 1981 1981.278

20__ ______________________________

20__ ______________________________

20__ ______________________________

20__ ______________________________

20__ ______________________________

MARCH 21

Brooch

Dagobert Peche,
Austrian, 1887–1923

Wiener Werkstätte

Purchase, Edward C. Moore Jr. Gift, 1924
24.242.2

20__ ______________________________

20__ ______________________________

20__ ______________________________

20__ ______________________________

20__ ______________________________

MARCH | 22

Portrait of Jnanatapa Attended by Lamas and Mahasiddhas

Tibetan (Riwoche Monastery), ca. 1350

Purchase, Friends of Asian Art Gifts, 1987 1987.144

20__ ____________________

20__ ____________________ 20__ ____________________

20__ ____________________ 20__ ____________________

MARCH | 23

Buddha, probably Amitabha (Amituofo)

Chinese, Tang dynasty (618–907)

Rogers Fund, 1919 19.186

20__ ____________________

20__ ____________________

20__ ____________________

20__ ____________________

20__ ____________________

MARCH | 24

Still Life with Peaches and Grapes

Auguste Renoir, French, 1841–1919

The Mr. and Mrs. Henry Ittleson Jr. Purchase Fund, 1956 56.218

20__

20__

20__

20__

20__

Still Life: Peaches and Grapes
John A. Woodside, American, 1781–1852
Rogers Fund, 1941 41.152.1

20__ ____________________

20__ ____________________

20__ ____________________

20__ ____________________

20__ ____________________

MARCH

26

Manuel Osorio Manrique de Zuñiga (1784–1792)

Francisco de Goya, Spanish, 1746–1828

The Jules Bache Collection, 1949 49.7.41

20__ ____________________

20__ ____________________

20__ ____________________

20__ ____________________

20__ ____________________

MARCH | 27

Ernesta (Child with Nurse)

Cecilia Beaux,
American, 1855–1942

Maria DeWitt Jesup Fund, 1965 65.49

20__ ______

20__ ______

20__ ______

20__ ______

20__ ______

MARCH | 28

Three Standing Figures

Stefano da Verona, Italian, 1374/75–ca. 1438

Harris Brisbane Dick Fund, 1996 1996.364a, b

20__ ______________________________

20__ ______________

20__ ______________

20__ ______________

20__ ______________

Reproduction of the "Ladies in Blue" fresco
Emile Gilliéron fils, 1927
Minoan, Late Minoan IB, ca. 1525–1450 B.C.
Dodge Fund, 1927 27.251

20__ ____________________

20__ __________ 20__ __________

20__ __________ 20__ __________

The Artist's Garden at St. Clair

Henri-Edmond Cross (Henri-Edmond Delacroix), French, 1856–1910

Harris Brisbane Dick Fund, 1948 48.10.7

20__ ____________________

20__ __________ 20__ __________

20__ __________ 20__ __________

MARCH 31

Mosaic Panel

Louis Comfort Tiffany, American, 1848–1933

Tiffany Glass Company, American, 1885–1892

Gift of Paul and Chloe Nassau, 2000 2000.623

20__ ____________________

20__ ____________________

20__ ____________________

20__ ____________________

20__ ____________________

APRIL 1

Velvet Textile for a Dragon Robe

Chinese, Qing dynasty (1644–1911)

Purchase, Friends of Asian Art Gifts, 1987 1987.147

20__ ____________________

20__ ____________________

20__ ____________________

20__ ____________________

20__ ____________________

Fragment of a Tapestry or Wall Hanging

Swiss (Basel), ca. 1420–1430

The Cloisters Collection, 1990 1990.211

20__ ______________________

20__ ______________________

20__ ______________________

20__ ______________________

20__ ______________________

APRIL | 3

Railroad Bridge over the Marne at Joinville

Armand Guillaumin, French, 1841–1927

Robert Lehman Collection, 1975 1975.1.180

20__ ____________________

20__ ____________________ 20__ ____________________

20__ ____________________ 20__ ____________________

APRIL | 4

Le Pont Neuf

Hippolyte Petitjean,
French, 1854–1929

Robert Lehman Collection, 1975 1975.1.681

20__ ______________________

20__ ______________________

20__ ______________________

20__ ______________________

20__ ______________________

APRIL | 5

Standing Girl, Back View

Egon Schiele,
Austrian, 1890–1918

Bequest of Scofield Thayer, 1982 1984.433.296

20__ ________________

20__ ________________

20__ ________________

20__ ________________

20__ ________________

APRIL | 6

Boy in Fancy Dress

Paul Klee, German (b. Switzerland), 1879–1940

The Berggruen Klee Collection, 1988 1988.415

20__ ________________

20__ ________________

20__ ________________

20__ ________________

20__ ________________

APRIL | 7

Irises

Vincent van Gogh, Dutch, 1853–1890

Gift of Adele R. Levy, 1958 58.187

20__ ______________________________

20__ ______________ 20__ ______________

______________ ______________

______________ ______________

______________ ______________

20__ ______________ 20__ ______________

______________ ______________

______________ ______________

______________ ______________

APRIL | 8

Fleur de Lis

Robert Reid,
American,
1862–1929

George A. Hearn
Fund, 1907 07.140

20__ ______________________________

20__ ______________________________

20__ ______________________________

20__ ______________________________

20__ ______________________________

APRIL | 9

Lilacs in a Window (Vase de Lilas a la Fenetre)

Mary Cassatt,
American,
1844–1926

Partial and Promised Gift of Mr. and Mrs. Douglas Dillon, 1997
1997.207

20__ ______________________________

20__ ______________

20__ ______________

20__ ______________

20__ ______________

Countess *Alexander Nikolaevitch Lamsdorff (Maria Ivanovna Beck, 1835–1866)*

Franz Xaver Winterhalter,
German, 1805–1873

Bequest of Miss Adelaide Milton de Groot (1876–1967), 1967 67.187.119

20__ ____________________

20__ ____________________

20__ ____________________

20__ ____________________

20__ ____________________

Still Life with Strawberries

French, 17th century

Bequest of Harry G. Sperling, 1971 1976.100.10

20__ ______

20__ ______

20__ ______

20__ ______

20__ ______

Still Life with Apples and a Pot of Primroses
Paul Cézanne, French, 1839–1906
Bequest of Sam A. Lewisohn, 1951 51.112.1

20__ ____________________

20__ ____________

20__ ____________

20__ ____________

20__ ____________

APRIL | 13

Lily of the Valley (Convallaria Majalis), from the *Flowers* series for Old Judge Cigarettes

Issued by Goodwin & Company, American, 1890

George S. Harris & Sons, American

The Jefferson R. Burdick Collection, Gift of Jefferson R. Burdick 63.350.214.164.37

20__ ____________________

20__ __________ 20__ __________

20__ __________ 20__ __________

Imperial Lilies-of-the-Valley Basket

August Wilhelm Holmström, Russian, 1829–1903

House of Carl Fabergé

Matilda Geddings Gray Foundation L.2011.66.56a, b

20__ ______________________________

20__ ______________________________

20__ ______________________________

20__ ______________________________

20__ ______________________________

APRIL

15

Roses

Vincent van Gogh,
Dutch, 1853–1890

The Walter H. and Leonore Annenberg Collection, Gift of Walter H. and Leonore Annenberg, 1993, Bequest of Walter H. Annenberg, 2002
1993.400.5

20__ ______________________

20__ ______________________

20__ ______________________

20__ ______________________

20__ ______________________

Yellow Roses and Bees, Pink Roses and Wasps

Chinese, Qing dynasty (1644–1911)

From the Collection of A. W. Bahr, Purchase, Fletcher Fund, 1947 47.18.5

20__ ____________________

20__ ____________________

20__ ____________________

20__ ____________________

20__ ____________________

APRIL 17

Vase

Louis Comfort Tiffany, American, 1848–1933

Tiffany Furnaces, American, 1902–1920

Gift of Louis Comfort Tiffany Foundation, 1951 51.121.22

20__ ______________________

20__ ______________________

20__ ______________________

20__ ______________________

20__ ______________________

APRIL | 18

Flower Study

John Jessop Hardwick, British, 1831–1917

Gift of Alexander B.V. Johnson and Roberta J.M. Olson, 2010 2010.493.3

20__ ________________________________

20__ ______________ 20__ ______________

______________ ______________

______________ ______________

______________ ______________

20__ ______________ 20__ ______________

______________ ______________

______________ ______________

______________ ______________

APRIL | 19

The Music Room

Mihály Munkácsy, Hungarian, 1844–1900

Bequest of Martha T. Fiske Collord, in memory of her first husband, Josiah M. Fiske, 1908 08.136.11

20__ ______________________________

20__ ______________

20__ ______________

20__ ______________

20__ ______________

APRIL

20

Two Young Girls at the Piano

Auguste Renoir,
French, 1841–1919

Robert Lehman Collection, 1975 1975.1.201

20__ ____________

20__ ____________

20__ ____________

20__ ____________

20__ ____________

APRIL | 21

The Birth of Venus
Alexandre Cabanel, French, 1823–1889
Gift of John Wolfe, 1893 94.24.1

20__ ____________________

20__ ____________________

20__ ____________________

20__ ____________________

20__ ____________________

Bathers

Paul Cézanne, French, 1839–1906

Bequest of Joan Whitney Payson, 1975 1976.201.12

20__ __

20__ ______________________

20__ ______________________

20__ ______________________

20__ ______________________

APRIL | 23

Mountain with Red House

Charles Demuth, American, 1883–1935

Alfred Stieglitz Collection, 1949 49.70.70a, b

20__ ____________________

20__ ____________________

20__ ____________________

20__ ____________________

20__ ____________________

APRIL | 24

Hills around the Bay of Moulin Huet, Guernsey

Auguste Renoir, French, 1841–1919

Bequest of Julia W. Emmons, 1956 56.135.9

20__ ______________________________

20__ ______________________________

20__ ______________________________

20__ ______________________________

20__ ______________________________

APRIL | 25

Allée of Chestnut Trees

Alfred Sisley, British, 1839–1899

Robert Lehman Collection, 1975 1975.1.211

20__ ______________________________

20__ ______________ 20__ ______________

20__ ______________ 20__ ______________

A Country Residence, Possibly General Moreau's Country House at Morrisville, Pennsylvania

Pavel Petrovich Svinin, Russian, 1787/88–1839

Rogers Fund, 1942 42.95.49

20__ ______

20__ ______

20__ ______

20__ ______

20__ ______

APRIL

27

Scenes from the Life of Saint John the Baptist

Francesco Granacci (Francesco di Andrea di Marco),
Italian, 1469–1543

Purchase, Gwynne Andrews, Harris Brisbane Dick, Dodge, Fletcher, and Rogers Funds, funds from various donors, Ella Morris de Peyster Gift, Mrs. Donald Oenslager Gift, and Gifts in memory of Robert Lehman, 1970 1970.134.1

20__ ______________________

20__ ______________

20__ ______________

20__ ______________

20__ ______________

APRIL

The Birth of the Virgin

Fra Carnevale (Bartolomeo di Giovanni Corradini), Italian, born by 1416–1484

Rogers and Gwynne Andrews Funds, 1935 35.121

20__ ______________________________

20__ ______________

20__ ______________

20__ ______________

20__ ______________

APRIL | 29

Madonna and Child Enthroned with Saints

Raphael (Rafaello Sanzio or Santi),
Italian, 1483–1520

Gift of J. Pierpont Morgan, 1916 16.30ab

20__ ____________________

20__ ____________________

20__ ____________________

20__ ____________________

20__ ____________________

Madonna and Child

Titian (Tiziano Vecellio), Italian, ca. 1485/90?–1576

The Jules Bache Collection, 1949 49.7.15

20__ ______________________

20__ ______________________

20__ ______________________

20__ ______________________

20__ ______________________

MAY 1

Oleanders

Vincent van Gogh, Dutch, 1853–1890

Gift of Mr. and Mrs. John L. Loeb, 1962 62.24

20__ ____________________

20__ ____________________

20__ ____________________

20__ ____________________

20__ ____________________

Four Tulips: Boter man (Butter Man), Joncker (Nobleman), Grote geplumaceerde (The Great Plumed One), and Voorwint (With the Wind)

Jacob Marrel, German, 1613/14–1681

Rogers Fund, 1968 68.66

20__ ________________

20__ ________________

20__ ________________

20__ ________________

20__ ________________

MAY 3

Fan with Poetic Verses

Islamic, dated A.H. 1301/A.D. 1883–1884

The Moses Lazarus Collection, Gift of Josephine and Sarah Lazarus, in memory of their father, 1888–95
90.2.65

20__ ____________________

20__ ____________________

20__ ____________________

20__ ____________________

20__ ____________________

The Path through the Irises

Claude Monet,
French, 1840–1926

The Walter H. and Leonore Annenberg Collection, Gift of Walter H. and Leonore Annenberg, 2001, Bequest of Walter H. Annenberg, 2002
2001.202.6

20__ ____________________

20__ ____________________

20__ ____________________

20__ ____________________

20__ ____________________

MAY 5

Repose

John White Alexander, American, 1856–1915

Anonymous Gift, 1980 1980.224

20__ ______________________

20__ ______________________

20__ ______________________

20__ ______________________

20__ ______________________

Two Girls on a Lawn

John Singer Sargent,
American, 1856–1925

Gift of Mrs. Francis Ormond, 1950 50.130.20

20__ ______________________________

20__ ______________ 20__ ______________

20__ ______________ 20__ ______________

MAY 7

The Wyndham Sisters: Lady Elcho, Mrs. Adeane, and Mrs. Tennant

John Singer Sargent, American, 1856–1925

Catharine Lorillard Wolfe Collection, Wolfe Fund, 1927 27.67

20__ ______________________________

20__ ______________

20__ ______________

20__ ______________

20__ ______________

Peonies
Édouard Manet,
French, 1832–1883

Bequest of Joan Whitney Payson, 1975 1976.201.16

MAY | 8

20__ ____________________

20__ ____________________

20__ ____________________

20__ ____________________

20__ ____________________

MAY | 9

The Head of the Virgin in Three-Quarter View Facing Right

Leonardo da Vinci,
Italian, 1452–1519

Harris Brisbane Dick Fund, 1951 51.90

20__ ____________________

20__ ____________________

20__ ____________________

20__ ____________________

20__ ____________________

MAY | 10

The Young Saint John the Baptist

Piero di Cosimo (Piero di Lorenzo di Piero d'Antonio), Italian, 1462–1522

The Bequest of Michael Dreicer, 1921 22.60.52

20__ ______________________________

20__ ______________

20__ ______________

20__ ______________

20__ ______________

MAY 11

Valley with Fir (Shade on the Mountain)

Henri-Edmond Cross (Henri-Edmond Delacroix),
French, 1856–1910

Robert Lehman Collection, 1975 1975.1.163

20__ ____________________

20__ ____________________

20__ ____________________

20__ ____________________

20__ ____________________

MAY 12

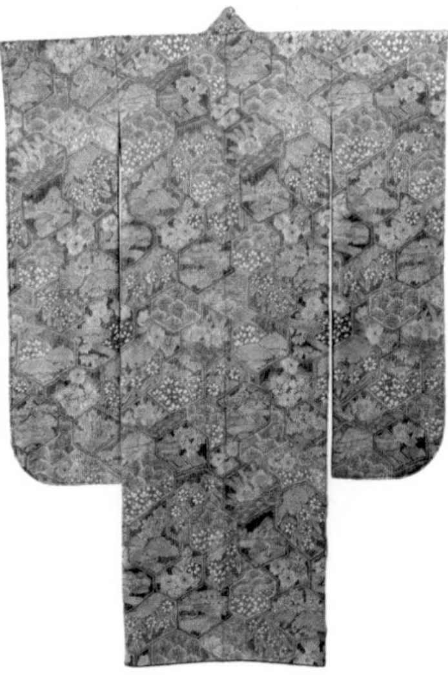

Tokuseu Hitome Sohshibori Hon Furisode

Takuo Itoh,
Japanese, b. 1947

Gift of Takuo Itoh, 1997
1997.228

20__ ______________________________

20__ ______________ 20__ ______________

______________ ______________

______________ ______________

______________ ______________

20__ ______________ 20__ ______________

______________ ______________

______________ ______________

______________ ______________

MAY 13

Bouquet of Flowers

Odilon Redon,
French, 1840–1916

Gift of Mrs. George B. Post, 1956 56.50

20__ ______

20__ ______

20__ ______

20__ ______

20__ ______

MAY 14

Mäda Primavesi
(1903–2000)

Gustav Klimt,
Austrian, 1862–1918

Gift of André and Clara Mertens, in memory of her mother, Jenny Pulitzer Steiner, 1964
64.148

20__ ____________________

20__ ____________________

20__ ____________________

20__ ____________________

20__ ____________________

MAY

15

Madame Philippe Panon Desbassayns de Richemont (Jeanne Eglé Mourgue, 1778–1855) and Her Son, Eugène (1800–1859)

Marie Guillelmine Benoist, French, 1768–1826

Gift of Julia A. Berwind, 1953 53.61.4

20__

20__

20__

20__

20__

MAY 16

Young Mother Sewing

Mary Cassatt,
American, 1844–1926

H. O. Havemeyer Collection, Bequest of Mrs. H. O. Havemeyer, 1929 29.100.48

20__ ______________________________

20__ ______________ 20__ ______________

______________ ______________

______________ ______________

______________ ______________

20__ ______________ 20__ ______________

______________ ______________

______________ ______________

______________ ______________

MAY

17

Roses and Lilies

Henri Fantin-Latour, French, 1836–1904

The Walter H. and Leonore Annenberg Collection, Gift of Walter H. and Leonore Annenberg, 2001, Bequest of Walter H. Annenberg, 2002
2001.202.4

20__ ____________________

20__ ____________________

20__ ____________________

20__ ____________________

20__ ____________________

MAY | 18

The Magnolia Vase
John T. Curran,
1859–1933
Manufactured by Tiffany & Co., American, 1837–present
Gift of Mrs. Winthrop Atwill, 1899 99.2

20__ ______________________

20__ ______________________

20__ ______________________

20__ ______________________

20__ ______________________

MAY

19

Cottage Garden, Warwick, England

Edmund Henry Garrett,
American,
1853–1929

Gift of Mr. and Mrs. Stuart P. Feld, 1977
1977.426

20__ ____________________

20__ ____________________

20__ ____________________

20__ ____________________

20__ ____________________

MAY 20

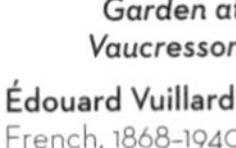

Garden at Vaucresson

Édouard Vuillard, French, 1868–1940

Catharine Lorillard Wolfe Collection, Wolfe Fund, 1952 52.183

20__

20__

20__

20__

20__

MAY | 21

Bridge over a Pond of Water Lilies

Claude Monet, French, 1840–1926

H. O. Havemeyer Collection, Bequest of Mrs. H. O. Havemeyer, 1929 29.100.113

20__ ____________________

20__ ____________________

20__ ____________________

20__ ____________________

20__ ____________________

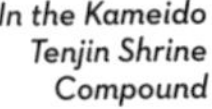
MAY 22

In the Kameido Tenjin Shrine Compound

Utagawa Hiroshige,
Japanese, 1797–1858

The Howard Mansfield Collection, Purchase, Rogers Fund, 1936 JP2517

20__ ______________________________

20__ ______________

20__ ______________

20__ ______________

20__ ______________

MAY 23

Diana

Augustus Saint-Gaudens, American, 1848–1907

Rogers Fund, 1928
28.101

20__ ______________________________

20__ ______________

20__ ______________

20__ ______________

20__ ______________

MAY | 24

Diana and Cupid

Pompeo Batoni, Italian, 1708–1787

Purchase, The Charles Engelhard Foundation, Robert Lehman Foundation Inc., Mrs. Haebler Frantz, April R. Axton, L. H. P. Klotz, and David Mortimer Gifts; and Gifts of Mr. and Mrs. Charles Wrightsman, George Blumenthal, and J. Pierpont Morgan, Bequests of Millie Bruhl Fredrick and Mary Clark Thompson, and Rogers Fund, by exchange, 1982 1982.438

20__ ____________________

20__ ____________________

20__ ____________________

20__ ____________________

20__ ____________________

MAY 25

Portrait of a Woman

Egon Schiele,
Austrian, 1890–1918

Museum Accession, transferred from the Library WW.288

20__ ____________________

20__ ____________________

20__ ____________________

20__ ____________________

20__ ____________________

Portrait of a Woman

Egon Schiele,
Austrian, 1890–1918

Museum Accession, transferred from the Library WW.289

20__ ______________________________

20__ ______________ 20__ ______________

______________ ______________

______________ ______________

______________ ______________

20__ ______________ 20__ ______________

______________ ______________

______________ ______________

______________ ______________

MAY

27

The Two Sisters

Jean Honoré Fragonard,
French, 1732–1806

Gift of Julia A. Berwind, 1953 53.61.5

20__ ______________________________

20__ ______________

20__ ______________

20__ ______________

20__ ______________

MAY 28

The Love Letter

Jean Honoré Fragonard, French, 1732–1806

The Jules Bache Collection, 1949 49.7.49

20__ ________________

20__ ________________

20__ ________________

20__ ________________

20__ ________________

MAY

29

Teapot

Sèvres Manufactory, French, 1740–present

Purchase, Louis V. Bell Fund and Friends of European Sculpture and Decorative Arts Gifts, 2007 2007.408a, b

20__ ______________________________

20__ ______________ 20__ ______________

20__ ______________ 20__ ______________

MAY

30

The Oiran Yoso-oi Seated at Her Toilet

Kitagawa Utamaro,
Japanese, 1753?–1806

Purchase, Joseph Pulitzer Bequest, 1918 JP556

20__ ______________________________

20__ ______________________________

20__ ______________________________

20__ ______________________________

20__ ______________________________

MAY

31

"The Emperor Shah Jahan with his Son Dara Shikoh", Folio from the *Shah Jahan Album*

Nanha (painter), Islamic

Mir 'Ali Haravi (calligrapher), Islamic, d. ca. 1550

Purchase, Rogers Fund and The Kevorkian Foundation Gift, 1955
55.121.10.36

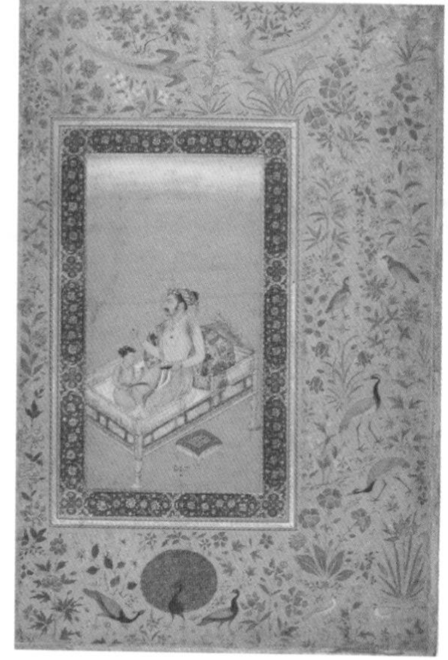

20__ ____________________

20__ ____________________

20__ ____________________

20__ ____________________

20__ ____________________

JUNE | 1

Birds and Flowers of the Four Seasons

Japanese, Momoyama period (1573–1615)

Purchase, Mrs. Jackson Burke and Mary Livingston Griggs and Mary Griggs Burke Foundation Gifts, 1987 1987.342.1, .2

20__ ______

20__ ______

20__ ______

20__ ______

20__ ______

JUNE | 2

Grapevine Panel

Louis Comfort Tiffany,
American, 1848–1933

Tiffany Studios,
American, 1902–1932

Gift of Ruth and Frank Stanton, 1978 1978.19.2

20__ ____________________

20__ ____________________

20__ ____________________

20__ ____________________

20__ ____________________

JUNE | 3

Tennis at Newport

George Bellows,
American, 1882–1925

Bequest of Miss Adelaide Milton de Groot (1876–1967), 1967 67.187.121

20__ ______________________________

20__ ______________________________

20__ ______________________________

20__ ______________________________

20__ ______________________________

JUNE 4

Young Girl in a Blue Dress

Auguste Renoir,
French, 1841–1919

Robert Lehman
Collection, 1975
1975.1.688

20__ ______________________________

20__ ______________

20__ ______________

20__ ______________

20__ ______________

JUNE | 5

By the Seashore

Auguste Renoir,
French, 1841–1919

H. O. Havemeyer Collection, Bequest of Mrs. H. O. Havemeyer, 1929 29.100.125

20__ ______________________

20__ ______________________

20__ ______________________

20__ ______________________

20__ ______________________

JUNE

6

Young Girl in a Pink-and-Black Hat

Auguste Renoir,
French, 1841–1919

Gift of Kathryn B. Miller, 1964 64.150

20__ ______

20__ ______

20__ ______

20__ ______

20__ ______

Hummingbird and Apple Blossoms
Martin Johnson Heade, American, 1819–1904
Gift of Mrs. J. Augustus Barnard, 1979 1979.490.11

20__ ____________________

20__ ____________________

20__ ____________________

20__ ____________________

20__ ____________________

JUNE | 8

Basket of Flowers

Eugène Delacroix, French, 1798–1863

Bequest of Miss Adelaide Milton de Groot (1876–1967), 1967 67.187.60

20__ ________________

20__ ________________

20__ ________________

20__ ________________

20__ ________________

JUNE | 9

Victorian Interior II

Horace Pippin, American, 1888–1946

Arthur Hoppock Hearn Fund, 1958 58.26

20__

20__

20__

20__

20__

JUNE 10

Black Columns in a Landscape

Paul Klee, German (b. Switzerland), 1879–1940

The Berggruen Klee Collection, 1987 1987.455.1

20__ ____________________

20__ ____________________

20__ ____________________

20__ ____________________

20__ ____________________

JUNE | 11

Garden Landscape

Louis Comfort Tiffany, American, 1848–1933

Tiffany Studios, American, 1902–1932

Gift of Lillian Nassau, 1976 1976.105

20__ ______________________________

20__ ______________

20__ ______________

20__ ______________

20__ ______________

JUNE | 12

Water Lilies

Claude Monet, French, 1840–1926

The Walter H. and Leonore Annenberg Collection, Gift of Walter H. and Leonore Annenberg, 1998, Bequest of Walter H. Annenberg, 2002 1998.325.2

20__ ____________________

20__ ____________________

20__ ____________________

20__ ____________________

20__ ____________________

Flower Garden and Bungalow, Bermuda

Winslow Homer,
American, 1836–1910

Amelia B. Lazarus Fund, 1910 10.228.10

20__ ______________________________

20__ ______________

20__ ______________

20__ ______________

20__ ______________

JUNE

14

Incense Burner in the Shape of a Rooster

Japanese, Edo Period (1615–1868)

Purchase, Friends of Asian Art Gifts, 1993 1993.193a–c

20__ ______________________________

20__ ______________

20__ ______________

20__ ______________

20__ ______________

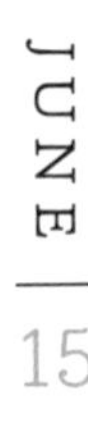

Jalais Hill, Pontoise

Camille Pissarro, French, 1830–1903

Bequest of William Church Osborn, 1951 51.30.2

20__ ____________________

20__ ____________________

20__ ____________________

20__ ____________________

20__ ____________________

JUNE | 16

Eagle Head, Manchester, Massachusetts (High Tide)
Winslow Homer, American, 1836–1910
Gift of Mrs. William F. Milton, 1923 23.77.2

20__ ________________________________

20__ ________________

20__ ________________

20__ ________________

20__ ________________

Figures on the Beach

Auguste Renoir, French, 1841–1919

Robert Lehman Collection, 1975 1975.1.198

20__ ____________________

20__ ____________________

20__ ____________________

20__ ____________________

20__ ____________________

JUNE

18

Joséphine-Éléonore-Marie-Pauline de Galard de Brassac de Béarn (1825–1860), Princesse de Broglie

Jean Auguste Dominique Ingres, French, 1780–1867

Robert Lehman Collection, 1975 1975.1.186

20__ ____________________

20__ ____________________

20__ ____________________

20__ ____________________

20__ ____________________

Standing Hippopotamus

Egyptian (Middle Kingdom), first half of Dynasty 12, reign of Senwosret I to Senwosret II, ca. 1961–1878 B.C.

Gift of Edward S. Harkness 1917 17.9.1

20__ ________________

20__ ________________

20__ ________________

20__ ________________

20__ ________________

JUNE

20

Boating

Édouard Manet, French, 1832–1883

H. O. Havemeyer Collection, Bequest of Mrs. H. O. Havemeyer, 1929 29.100.115

20__ ____________________

20__ ____________________

20__ ____________________

20__ ____________________

20__ ____________________

Camille Monet (1847–1879) on a Garden Bench

Claude Monet, French, 1840–1926

The Walter H. and Leonore Annenberg Collection, Gift of Walter H. and Leonore Annenberg, 2002, Bequest of Walter H. Annenberg, 2002 2002.62.1

20__ ____________________

20__ ____________________

20__ ____________________

20__ ____________________

20__ ____________________

JUNE | 22

Crowd at the Seashore

William James Glackens, American, 1870–1938

Bequest of Miss Adelaide Milton de Groot (1876–1967), 1967 67.187.126

20__ ____________________

20__ ____________________

20__ ____________________

20__ ____________________

20__ ____________________

JUNE

23

The Parc Monceau

Claude Monet,
French, 1840–1926

The Mr. and Mrs. Henry Ittleson Jr. Purchase Fund, 1959 59.142

20__ ______________________________

20__ ______________ 20__ ______________

20__ ______________ 20__ ______________

JUNE | 24

Krishna Holds up Mount Govardhan to Shelter the Villagers of Braj

Folio from a *Harivamsa (The Legend of Hari [Krishna])*

Pakistani (probably Lahore), ca. 1590–1595

Purchase, Edward C. Moore Jr. Gift, 1928 28.63.1

20__ ______________________

20__ ______________________

20__ ______________________

20__ ______________________

20__ ______________________

JUNE | 25

Olive Trees

Vincent van Gogh, Dutch, 1853–1890

The Walter H. and Leonore Annenberg Collection, Gift of Walter H. and Leonore Annenberg, 1998, Bequest of Walter H. Annenberg, 2002 1998.325.1

20__ ________________________

20__ ____________

20__ ____________

20__ ____________

20__ ____________

JUNE | 26

In Full Sunlight (En plein soleil)

James Tissot, French, 1836–1902

Gift of Mrs. Charles Wrightsman, 2006 2006.278

20__ ____________________

20__ ____________________

20__ ____________________

20__ ____________________

20__ ____________________

The Monet Family in Their Garden at Argenteuil
Édouard Manet, French, 1832–1883
Bequest of Joan Whitney Payson, 1975 1976.201.14

20__ ______________________________

20__ ______________

20__ ______________

20__ ______________

20__ ______________

JUNE 28

The Love Song

Sir Edward Burne-Jones, British, 1833–1898

The Alfred N. Punnett Endowment Fund, 1947 47.26

20__ ____________________

20__ ____________ 20__ ____________

20__ ____________ 20__ ____________

Armor of Emperor Ferdinand I (1503–1564)

Kunz Lochner,
German, 1510–1567

Purchase, Rogers Fund and George D. Pratt Gift, 1933 33.164a–x

20__ ______________________________

20__ ______________ 20__ ______________

20__ ______________ 20__ ______________

JUNE | 30

Still Life with Pansies

Henri Fantin-Latour, French, 1836–1904

The Mr. and Mrs. Henry Ittleson Jr. Purchase Fund, 1966 66.194

20__ ____________________

20__ ____________________

20__ ____________________

20__ ____________________

20__ ____________________

Fan

Donaldson Brothers, American, 1880

Brooklyn Museum Costume Collection at The Metropolitan Museum of Art, Gift of the Brooklyn Museum, 2009; Designated Purchase Fund, 1993 2009.300.2237

20__ ______________________

20__ ______________________

20__ ______________________

20__ ______________________

20__ ______________________

JULY | 2

A Wall, Nassau

Winslow Homer, American, 1836–1910

Amelia B. Lazarus Fund, 1910 10.228.9

20__ ____________________

20__ ____________________

20__ ____________________

20__ ____________________

20__ ____________________

Celia Thaxter's Garden, Isles of Shoals, Maine

Childe Hassam, American, 1859–1935

Anonymous Gift, 1994 1994.567

20__ ______________________________

20__ ______________ 20__ ______________

______________ ______________

______________ ______________

______________ ______________

20__ ______________ 20__ ______________

______________ ______________

______________ ______________

______________ ______________

JULY 4

Side Drum

Attributed to Ernest Vogt,
American, ca. 1864

The Crosby Brown Collection of Musical Instruments, 1889
89.4.2162

20__ ____________________

20__ ____________________

20__ ____________________

20__ ____________________

20__ ____________________

Washington Crossing the Delaware

Emanuel Leutze, American (b. Germany), 1816–1868

Gift of John Stewart Kennedy, 1897 97.34

20__ ______________________________

20__ ______________

20__ ______________

20__ ______________

20__ ______________

Embroidered Sampler

Millsent Connor, American, b. 1789

Gift of Edgar William and Bernice Chrysler Garbisch, 1974 1974.42

20__ ____________

20__ ____________

20__ ____________

20__ ____________

20__ ____________

JULY | 7

At the Circus: The Spanish Walk (Au Cirque: le Pas espagnol)

Henri de Toulouse-Lautrec, French, 1864–1901

Robert Lehman Collection, 1975 1975.1.731

20__ ______________________________

20__ ______________ 20__ ______________

20__ ______________ 20__ ______________

JULY | 8

Vase of Flowers (Pink Background)

Odilon Redon,
French, 1840–1916

Bequest of Mabel Choate, in memory of her father, Joseph Hodges Choate, 1958 59.16.3

20__ ____________________

20__ ____________________

20__ ____________________

20__ ____________________

20__ ____________________

Bottle

Bohemian (Czech Republic), 1700–1800

Gift of Frederick W. Hunter, 1913 13.179.41

20__ ____________________

20__ __________

20__ __________

20__ __________

20__ __________

JULY

10

Bouquet of Sunflowers

Claude Monet, French, 1840–1926

H. O. Havemeyer Collection, Bequest of Mrs. H. O. Havemeyer, 1929 29.100.107

20__ ______________________

20__ ______________________

20__ ______________________

20__ ______________________

20__ ______________________

JULY | 11

Self-Portrait with a Straw Hat

Vincent van Gogh,
Dutch, 1853–1890

Bequest of Miss Adelaide Milton de Groot (1876–1967), 1967
67.187.70a

20__ ____________________

20__ ____________________

20__ ____________________

20__ ____________________

20__ ____________________

JULY | 12

Still Life with Apples and Pitcher

Camille Pissarro, French, 1830–1903

Purchase, Mr. and Mrs. Richard J. Bernhard Gift, by exchange, 1983 1983.166

20__ ____________________

20__ ____________________

20__ ____________________

20__ ____________________

20__ ____________________

JULY | 13

Margot in Orange Dress

Mary Cassatt, American, 1844–1926

From the Collection of James Stillman, Gift of Dr. Ernest G. Stillman, 1922 22.16.25

20__ ______________________

20__ ______________________

20__ ______________________

20__ ______________________

20__ ______________________

JULY 14

Scherzo di Follia

Pierre-Louis Pierson, French, 1822–1913

Gilman Collection, Gift of The Howard Gilman Foundation, 2005
2005.100.198

20__ ______________________________

20__ ______________

20__ ______________

20__ ______________

20__ ______________

Textile sample

Gustav Klimt,
Austrian, 1862–1918

Gift of Joanne F. du Pont and John F. Pleasants, in memory of Enos Rogers Pleasants, III, 1984
1984.537.37a-f

20__ ______________________________

20__ ______________
20__ ______________

20__ ______________
20__ ______________

JULY

16

Mrs. Walter Rathbone Bacon (Virginia Purdy Barker, 1862–1919)

Anders Zorn,
Swedish, 1860–1920

Gift of Mrs. Walter Rathbone Bacon, in memory of her husband, 1917 17.204

20__ ______________________________

20__ ______________

20__ ______________

20__ ______________

20__ ______________

JULY | 17

Spring

Cephas Giovanni Thompson, American, 1809–1888

Gift of Mrs. Madeleine Thompson Edmonds, 1971
1971.244

20__ ____________________

20__ ____________________

20__ ____________________

20__ ____________________

20__ ____________________

Venice-The Giudecca

Henri-Edmond Cross (Henri-Edmond Delacroix), French, 1856–1910

Robert Lehman Collection, 1975 1975.1.594

20__ ____________________

20__ ____________

20__ ____________

20__ ____________

20__ ____________

At the Seaside

William Merritt Chase,
American, 1849–1916

Bequest of Miss Adelaide Milton de Groot (1876–1967), 1967 67.187.123

20__ ______________________________

20__ ______________

20__ ______________

20__ ______________

20__ ______________

JULY | 20

Study for "A Sunday on La Grande Jatte"
Georges Seurat, French, 1859–1891
Robert Lehman Collection, 1975 1975.1.207

20__ ______________________________

20__ ______________

20__ ______________

20__ ______________

20__ ______________

JULY | 21

Study for "A Sunday on La Grande Jatte"
Georges Seurat, French, 1859–1891
Bequest of Sam A. Lewisohn, 1951 51.112.6

20__ ____________________

20__ ____________________

20__ ____________________

20__ ____________________

20__ ____________________

JULY 22

The Banks of the Bièvre near Bicêtre

Henri Rousseau (le Douanier), French, 1844–1910

Gift of Marshall Field, 1939 39.15

20__ ____________________

20__ ____________________

20__ ____________________

20__ ____________________

20__ ____________________

Trees and Houses Near the Jas de Bouffan

Paul Cézanne, French, 1839–1906

Robert Lehman Collection, 1975 1975.1.160

20__ ____________________

20__ ____________________

20__ ____________________

20__ ____________________

20__ ____________________

JULY

24

Hibiscus and Parrots

Louis Comfort Tiffany, American, 1848–1933

Tiffany Studios, American, 1902–32

Gift of Earl and Lucille Sydnor, 1990 1990.315

20__ ______________________________

20__ ______________

20__ ______________

20__ ______________

20__ ______________

JULY | 25

The Concourse of the Birds

Folio 11r from a *Mantiq al-tair (Language of the Birds)*

Painter Habiballah of Sava, Iranian, active ca. 1590–1610

Fletcher Fund, 1963 63.210.11

20__ ______________________________

20__ ______________

20__ ______________

20__ ______________

20__ ______________

JULY

26

First Steps

Franz Ludwig Catel,
German, 1778–1856

The Whitney Collection, Promised Gift of Wheelock Whitney III, and Purchase, Gift of Mr. and Mrs. Charles S. McVeigh, by exchange, 2003 2003.42.9

20__ ____________________

20__ ____________________

20__ ____________________

20__ ____________________

20__ ____________________

The Valley of the Nervia

Claude Monet, French, 1840–1926

Theodore M. Davis Collection, Bequest of Theodore M. Davis, 1915 30.95.251

20__ ____________________

20__ __________ 20__ __________

20__ __________ 20__ __________

JULY | 28

Stage Fort across Gloucester Harbor

Fitz Henry Lane (formerly Fitz Hugh Lane),
American, 1804–1865

Purchase, Rogers and Fletcher Funds, Erving and Joyce Wolf Fund, Raymond J. Horowitz Gift, Bequest of Richard De Wolfe Brixey, by exchange, and John Osgood and Elizabeth Amis Cameron Blanchard Memorial Fund, 1978 1978.203

20__ ____________________

20__ ____________________

20__ ____________________

20__ ____________________

20__ ____________________

Regatta at Sainte-Adresse

Claude Monet, French, 1840–1926

Bequest of William Church Osborn, 1951 51.30.4

20__ ____________________

20__ __________ 20__ __________

20__ __________ 20__ __________

JULY | 30

John Biglin in a Single Scull
Thomas Eakins, American, 1844–1916
Fletcher Fund, 1924 24.108

20__ ________________

20__ ________________

20__ ________________

20__ ________________

20__ ________________

JULY | 31

Boys in a Dory

Winslow Homer, American, 1836–1910

Bequest of Molly Flagg Knudtsen, 2001 2001.608.1

20__ ____________________________________

__

__

20__ ______________ 20__ ______________

__________________ __________________

__________________ __________________

__________________ __________________

20__ ______________ 20__ ______________

__________________ __________________

__________________ __________________

__________________ __________________

AUGUST | 1

Surf, Isles of Shoals

Childe Hassam, American, 1859–1935

Gift of Dr. and Mrs. Sheldon C. Sommers, 1996 1996.382

20__ ______________________

20__ ______________________

20__ ______________________

20__ ______________________

20__ ______________________

Marine Scene (Boats near Venice)

Henri-Edmond Cross (Henri-Edmond Delacroix) French, 1856–1910

Robert Lehman Collection, 1975 1975.1.593

20__ ______________________________

20__ ______________

20__ ______________

20__ ______________

20__ ______________

AUGUST | 3

Wheat Field with Cypresses

Vincent van Gogh, Dutch, 1853–1890

Purchase, The Annenberg Foundation Gift, 1993 1993.132

20__ ____________________

20__ ____________________

20__ ____________________

20__ ____________________

20__ ____________________

The Lighthouse at Two Lights

Edward Hopper, American, 1882–1967

Hugo Kastor Fund, 1962 62.95

20__ ______

20__ ______

20__ ______

20__ ______

20__ ______

AUGUST | 5

The Bouchardon Mill, Crozant

Armand Guillaumin, French, 1841–1927

Robert Lehman Collection, 1975 1975.1.181

20__ ____________________

20__ ____________________

20__ ____________________

20__ ____________________

20__ ____________________

AUGUST | 6

The Flowering Orchard

Vincent van Gogh, Dutch, 1853–1890

The Mr. and Mrs. Henry Ittleson Jr. Purchase Fund, 1956 56.13

20__ ________

20__ ________

20__ ________

20__ ________

20__ ________

AUGUST | 7

Venice, from the Porch of Madonna della Salute

Joseph Mallord William Turner, British, 1775–1851

Bequest of Cornelius Vanderbilt, 1899 99.31

20__ ____________________

20__ ____________________

20__ ____________________

20__ ____________________

20__ ____________________

View of Les Sables d'Olonne

Paul Signac, French, 1863–1935

Robert Lehman Collection, 1975 1975.1.724

20__ ______________________

20__ ______________________

20__ ______________________

20__ ______________________

20__ ______________________

AUGUST | 9

Gardanne

Paul Cézanne,
French, 1839–1906

Gift of Dr. and Mrs. Franz H. Hirschland, 1957 57.181

20__ ________________________________

20__ ________________ 20__ ________________

________________ ________________

________________ ________________

________________ ________________

20__ ________________ 20__ ________________

________________ ________________

________________ ________________

________________ ________________

Castel Sant'Elmo from Chiaia, Naples

Alexandre Hyacinthe Dunouy, French, 1757–1841

Thaw Collection, Jointly Owned by The Metropolitan Museum of Art and The Morgan Library & Museum, Gift of Eugene V. Thaw, 2009 2009.400.52

20__ ______

20__ ______

20__ ______

20__ ______

20__ ______

AUGUST | 11

View of Ornans

Gustave Courbet, French, 1819–1877

Bequest of Alice Tully, 1993 1995.537

20__ ______________________________

20__ ______________

20__ ______________

20__ ______________

20__ ______________

Porte de la Reine at Aigues-Mortes

Jean-Frédéric Bazille, French, 1841–1870

Purchase, Gift of Raymonde Paul, in memory of her brother, C. Michael Paul, by exchange, 1988 1988.221

20__ ____________________

20__ ____________________

20__ ____________________

20__ ____________________

20__ ____________________

AUGUST

13

"Portrait of a Persian Lady", Folio from the *Davis Album*

Islamic, ca. 1736–1737

Theodore M. Davis Collection, Bequest of Theodore M. Davis, 1915
30.95.174.32

20__ ______

20__ ______

20__ ______

20__ ______

20__ ______

AUGUST | 14

Lady of the Lake

Horace Pippin, American, 1888–1946

Bequest of Jane Kendall Gingrich, 1982 1982.55.1

20__ ______________________________

20__ ______________

20__ ______________

20__ ______________

20__ ______________

AUGUST | 15

Portrait of a Woman, Her Head Turned to the Right, Wearing an Earring

Joseph Wright (Wright of Derby),
British, 1734–1797

Rogers Fund, 2007 2007.40

20__ ______________________________

20__ ______________ 20__ ______________

______________ ______________

______________ ______________

______________ ______________

20__ ______________ 20__ ______________

______________ ______________

______________ ______________

______________ ______________

AUGUST | 16

Bacchante (Grapes or Autumn)

Auguste Rodin,
French, 1840–1917

Purchase, Charles Ulrick and Josephine Bay Foundation Inc. Gift, 1975
1975.312.7

20__ ____________________

20__ ____________________

20__ ____________________

20__ ____________________

20__ ____________________

AUGUST | 17

Salomé

Henri Regnault,
French, 1843–1871

Gift of George F. Baker, 1916 16.95

20__ ____________________

20__ ____________________

20__ ____________________

20__ ____________________

20__ ____________________

AUGUST | 18

The Empress Eugénie (Eugénie de Montijo, 1826–1920, Condesa de Teba)

Franz Xaver Winterhalter,
German, 1805–1873

Purchase, Mr. and Mrs. Claus von Bülow Gift, 1978 1978.403

20__ ______________________________

20__ ______________________________

20__ ______________________________

20__ ______________________________

20__ ______________________________

AUGUST | 19

Fragment of a Floor Mosaic with a Personification of Ktisis

Byzantine, 500–550, with modern restoration

Harris Brisbane Dick Fund and Fletcher Fund, 1998; Purchase, Lila Acheson Wallace Gift, Dodge Fund, and Rogers Fund, 1999 1998.69; 1999.99

20__ ____________________

20__ ____________________

20__ ____________________

20__ ____________________

20__ ____________________

Portrait of a young woman in red

Egyptian, ca. A.D. 90–120

Rogers Fund, 1909 09.181.6

AUGUST | 20

20__ ________________

20__ ________________

20__ ________________

20__ ________________

20__ ________________

AUGUST | 21

The Freedman

John Quincy Adams Ward, American, 1830–1910

Gift of Charles Anthony Lamb and Barea Lamb Seeley, in memory of their grandfather, Charles Rollinson Lamb, 1979
1979.394

20__ ____________________

20__ ____________________

20__ ____________________

20__ ____________________

20__ ____________________

AUGUST 22

Studies for the Libyan Sibyl (recto)

Michelangelo Buonarroti, Italian, 1475–1564

Purchase, Joseph Pulitzer Bequest, 1924 24.197.2

20__ ______________________

20__ ______________________

20__ ______________________

20__ ______________________

20__ ______________________

AUGUST | 23

Île aux Fleurs near Vétheuil

Claude Monet, French, 1840–1926

Bequest of Julia W. Emmons, 1956 56.135.5

20__ ______________________

20__ ______________________

20__ ______________________

20__ ______________________

20__ ______________________

AUGUST | 24

Up the Hudson

George Bellows, American, 1882–1925

Gift of Hugo Reisinger, 1911 11.17

20__ ______________________

20__ ______________

20__ ______________

20__ ______________

20__ ______________

AUGUST | 25

The Molo, Venice, from the Bacino di San Marco

Luca Carlevaris, Italian, 1663/65–1730

Robert Lehman Collection, 1975 1975.1.87

20__ ____________________

20__ ____________________

20__ ____________________

20__ ____________________

20__ ____________________

AUGUST | 26

Padua: The River Bacchiglione and the Porta Portello
Canaletto (Giovanni Antonio Canal), Italian, 1697–1768
Robert Lehman Collection, 1975 1975.1.293

20__ ______________________

20__ ______________________

20__ ______________________

20__ ______________________

20__ ______________________

AUGUST | 27

Apples

Paul Cézanne, French, 1839–1906

The Mr. and Mrs. Henry Ittleson Jr. Purchase Fund, 1961 61.103

20__ ______________________

20__ ______________________

20__ ______________________

20__ ______________________

20__ ______________________

AUGUST | 28

Centerpiece from an Armlet (Bazuband) Later Made into a Brooch

Northern India, 18th–19th century

Gift of George Blumenthal, 1941 41.100.118

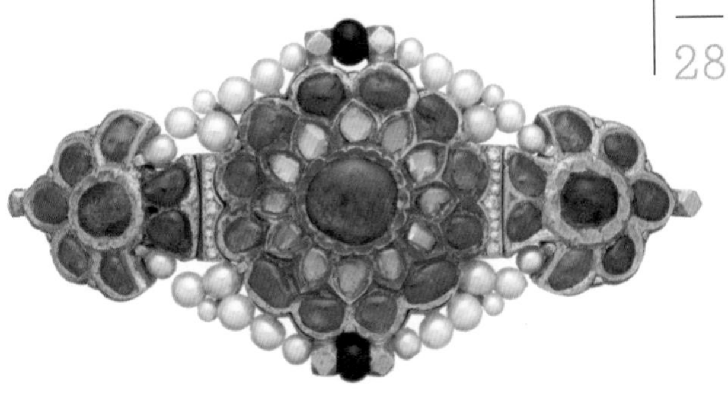

20__ ______________________________

20__ ______________________________

20__ ______________________________

20__ ______________________________

20__ ______________________________

AUGUST | 29

Russian Dancers

Edgar Degas,
French, 1834–1917

Robert Lehman
Collection, 1975
1975.1.166

20__ ______________________

20__ ______________________

20__ ______________________

20__ ______________________

20__ ______________________

AUGUST | 30

Quilt, Sunshine and Shadow pattern

American, ca. 1930

Purchase, Eva Gebhard-Gourgaud Foundation Gift, 1973 1973.94

20__ ____________________

20__ ____________________

20__ ____________________

20__ ____________________

20__ ____________________

AUGUST | 31

On the Southern Plains

Frederic Remington, American, 1861–1909

Gift of Several Gentlemen, 1911 11.192

20__ ________________

20__ ________________

20__ ________________

20__ ________________

20__ ________________

SEPTEMBER | 1

The Broncho Buster

Frederic Remington, American, 1861–1909

Bequest of Jacob Ruppert, 1939 39.65.45

20__ ____________________

20__ ____________________

20__ ____________________

20__ ____________________

20__ ____________________

SEPTEMBER | 2

Race Horses

Edgar Degas, French, 1834–1917

The Walter H. and Leonore Annenberg Collection, Gift of Walter H. and Leonore Annenberg, 1999, Bequest of Walter H. Annenberg, 2002 1999.288.3

20__ ________________

20__ ________________

20__ ________________

20__ ________________

20__ ________________

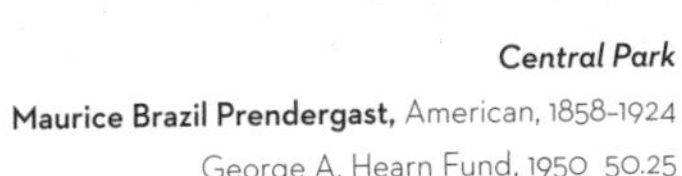

Central Park

Maurice Brazil Prendergast, American, 1858–1924
George A. Hearn Fund, 1950 50.25

20__ ______________________

20__ ______________________

20__ ______________________

20__ ______________________

20__ ______________________

SEPTEMBER | 4

The Start of the Race of the Riderless Horses
Horace Vernet, French, 1789–1863
Catharine Lorillard Wolfe Collection, Bequest of Catharine Lorillard Wolfe, 1887 87.15.47

20__ ______________________________

20__ ______________

20__ ______________

20__ ______________

20__ ______________

A Stallion

Habiballah of Sava, Islamic, active ca. 1590–1610

Purchase, Louis E. and Theresa S. Seley Purchase Fund for Islamic Art, The Edward Joseph Gallagher III Memorial Collection, Edward J. Gallagher Jr. Bequest, and Richard S. Perkins and Margaret Mushekian Gifts, 1992 1992.51

20__ ______________________

20__ ______________________

20__ ______________________

20__ ______________________

20__ ______________________

The Harvesters

Pieter Bruegel the Elder, Netherlandish, ca. 1525–1569

Rogers Fund, 1919 19.164

20__ ______________________

20__ ______________________

20__ ______________________

20__ ______________________

20__ ______________________

The Mower

Georges Seurat, French, 1859–1891

Robert Lehman Collection, 1975 1975.1.206

20__ ____________________

20__ ____________

20__ ____________

20__ ____________

20__ ____________

SEPTEMBER | 8

Victory

Augustus Saint-Gaudens, American, 1848-1907

Rogers Fund, 1917 17.90.1

20__ ______________________________

__

__

20__ ____________________ 20__ ____________________

__________________________ __________________________

__________________________ __________________________

__________________________ __________________________

20__ ____________________ 20__ ____________________

__________________________ __________________________

__________________________ __________________________

__________________________ __________________________

"Smiling" Figure

Remojadas (Mexico, Mesoamerica, Veracruz), ca. 7th–8th century

The Michael C. Rockefeller Memorial Collection, Bequest of Nelson A. Rockefeller, 1979 1979.206.1211

20__ ____________________

20__ ____________________

20__ ____________________

20__ ____________________

20__ ____________________

SEPTEMBER 10

The Singer of Amun Nany's Funerary Papyrus

Egyptian (Upper Egypt, Thebes, Deir el-Bahri, Tomb of Meritamun (TT 358, MMA 65), first corridor, inside Osiris figure, MMA excavations, 1928–29), Third intermediate Period, Dynasty 21, reign of Psusennes I-II (ca. 1050 B.C.)

Rogers Fund, 1930 30.3.31

20__ ________________________________

20__ ________________ 20__ ________________

20__ ________________ 20__ ________________

SEPTEMBER | 11

Estate Figure

Egyptian (Thebes, Middle Kingdom), Dynasty 12 (ca. 1981–1975 B.C.)

Rogers Fund and Edward S. Harkness Gift, 1920 20.3.7

20__ ______________________________

20__ ______________

20__ ______________

20__ ______________

20__ ______________

SEPTEMBER | 12

Joan of Arc
Jules Bastien-Lepage, French, 1848–1884
Gift of Erwin Davis, 1889 89.21.1

20__ ____________________________

20__ ______________

20__ ______________

20__ ______________

20__ ______________

Maude Adams (1872–1953) as Joan of Arc

Alphonse Mucha, Czech, 1860–1939

Gift of A. J. Kobler, 1920
20.33

20__ ______________________________

20__ ______________ 20__ ______________

20__ ______________ 20__ ______________

SEPTEMBER | 14

Tale à la Hoffmann

Paul Klee, German (b. Switzerland), 1879–1940

The Berggruen Klee Collection, 1984 1984.315.26

20__ ____________________

20__ ____________________

20__ ____________________

20__ ____________________

20__ ____________________

Oriental Pleasure Garden

Paul Klee, German (b. Switzerland), 1879–1940

The Berggruen Klee Collection, 1984 1984.315.41

20__ ____________________

20__ ____________________

20__ ____________________

20__ ____________________

20__ ____________________

SEPTEMBER | 16

Phebe Warner Coverlet

Probably Sarah Furman Warner Williams,
American, b. 1764

Gift of Catharine E. Cotheal, 1938 38.59

20__ ______________________

20__ ______________________

20__ ______________________

20__ ______________________

20__ ______________________

SEPTEMBER | 17

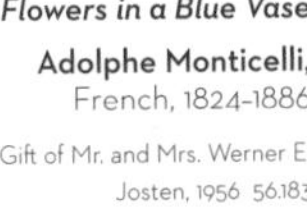

Flowers in a Blue Vase
Adolphe Monticelli,
French, 1824–1886

Gift of Mr. and Mrs. Werner E. Josten, 1956 56.183

20__ ______

20__ ______

20__ ______

20__ ______

20__ ______

SEPTEMBER

18

Bouquet of Chrysanthemums

Auguste Renoir,
French, 1841–1919

The Walter H. and Leonore Annenberg Collection, Bequest of Walter H. Annenberg, 2002 2003.20.10

20__ ______________________

20__ ______________________

20__ ______________________

20__ ______________________

20__ ______________________

Summer Flowers

Henri Fantin-Latour, French, 1836–1904

Gift of Susan S. Dillon, 1997 1997.347

20__ ______________________________

20__ ______________

20__ ______________

20__ ______________

20__ ______________

SEPTEMBER

20

Standing bull

Southwestern Arabian, ca. mid-1st millennium B.C.

Rogers Fund, 1947
47.100.85

20__ ______________________________

20__ ______________

20__ ______________

20__ ______________

20__ ______________

Bullfight in a Divided Ring

Attributed to Goya (Francisco de Goya y Lucientes), Spanish, 1746–1828

Catharine Lorillard Wolfe Collection, Wolfe Fund, 1922 22.181

20__ ______________________

20__ ______________________

20__ ______________________

20__ ______________________

20__ ______________________

SEPTEMBER | 22

Autumn Oaks

George Inness, American, 1825–1894

Gift of George I. Seney, 1887 87.8.8

20__ ______________________________

__

__

20__ ______________ 20__ ______________

______________________ ______________________

______________________ ______________________

______________________ ______________________

20__ ______________ 20__ ______________

______________________ ______________________

______________________ ______________________

______________________ ______________________

SEPTEMBER | 23

Hillside Pastures—September

Willard Metcalf, American, 1858–1925

Bequest of Miss Adelaide Milton de Groot (1876–1967), 1967 67.187.134

20__ ____________________

20__ ____________________

20__ ____________________

20__ ____________________

20__ ____________________

SEPTEMBER | 24

The Weeders

Jules Breton, French, 1827–1906

Bequest of Collis P. Huntington, 1900 25.110.66

20__ ______________________________

20__ ______________

20__ ______________

20__ ______________

20__ ______________

SEPTEMBER | 25

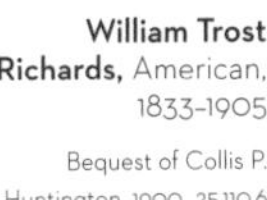

Indian Summer

William Trost Richards, American, 1833–1905

Bequest of Collis P. Huntington, 1900 25.110.6

20__ ______

20__ ______

20__ ______

20__ ______

20__ ______

SEPTEMBER 26

Girl with Cherries

Attributed to Giovanni Ambrogio de Predis, Italian (Milan), active by 1472–died after 1508

Marquand Collection, Gift of Henry G. Marquand, 1890 91.26.5

20__ ____________________

20__ ____________________

20__ ____________________

20__ ____________________

20__ ____________________

SEPTEMBER | 27

Maple Leaves
Shibata Zeshin,
Japanese, 1807–1891

The Howard Mansfield Collection, Purchase, Rogers Fund 1936
36.100.134

20__ ____________________

20__ __________

20__ __________

20__ __________

20__ __________

SEPTEMBER 28

The Persimmon Tree

Sakai Hōitsu, Japanese, 1761–1828

Rogers Fund, 1957
57.156.3

20__ ______

20__ ______

20__ ______

20__ ______

20__ ______

SEPTEMBER

29

Noh Robe (Nuihaku) with Design of Butterflies, Chrysanthemums, Maple Leaves, and Miscanthus Grass

Japanese, Edo period (1615–1868)

Purchase, Joseph Pulitzer Bequest, 1932 32.30.1

20__ ______________________________

20__ ______________

20__ ______________

20__ ______________

20__ ______________

SEPTEMBER 30

Lamp

Tiffany Studios, American, 1902–1932

Bequest of William S. Lieberman, 2005
2007.49.98a, b

20__ ______________________________

20__ ______________

20__ ______________

20__ ______________

20__ ______________

Still Life: Balsam Apple and Vegetables

James Peale, American, 1749–1831

Maria DeWitt Jesup Fund, 1939 39.52

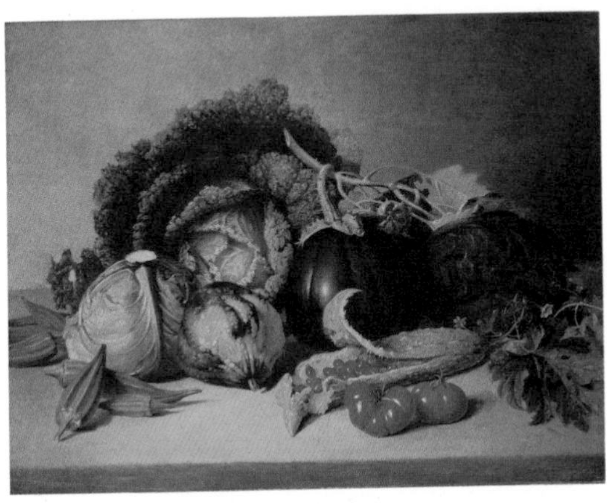

20__ ____________________

20__ ____________________

20__ ____________________

20__ ____________________

20__ ____________________

OCTOBER | 2

Birth and Baptismal Certificate

American, 1822

Gift of Mrs. Robert W. de Forest, 1933 34.100.70

Maria Eva [illegible] ist Von Christliche und
Ehrliche der Lutherischen [illegible] zu [illegible]
Eldern geboren im Jahr des [illegible] den
September des Kindes Eldern Harn
Peter [illegible] und dessen Ehefrau Maria
eine geborne [illegible] die Taufzeugen
Harn Georg [illegible] Eltern und deren
Ehefrau Anna Maria welche ihr den nam
beygelegt haben Maria Eva und ward
getauft Von dem Pfarrer Stein
geboren in [illegible] in Libanon [illegible]

20__ ______________________________

20__ ______________________________

20__ ______________________________

20__ ______________________________

20__ ______________________________

Seasons and Elements (Air) (set of four)

Attributed to Charles Le Brun, French, 1619–1690

Border probably designed by Jean Lemoyen le Lorrain, French, 1637/38–1709

Rogers Fund, 1946 46.43.4

20__ ______________________________

20__ ______________________________

20__ ______________________________

20__ ______________________________

20__ ______________________________

OCTOBER

4

Yamantaka, Destroyer of the God of Death

Tibetan, early 18th century

Purchase, Florance Waterbury Bequest, 1969 69.71

20__ ______________________

20__ ______________________

20__ ______________________

20__ ______________________

20__ ______________________

OCTOBER | 5

Temple Gardens

Paul Klee, German (b. Switzerland), 1879–1940

The Berggruen Klee Collection, 1987 1987.455.2

20__ ______________________

20__ ______________________

20__ ______________________

20__ ______________________

20__ ______________________

OCTOBER | 6

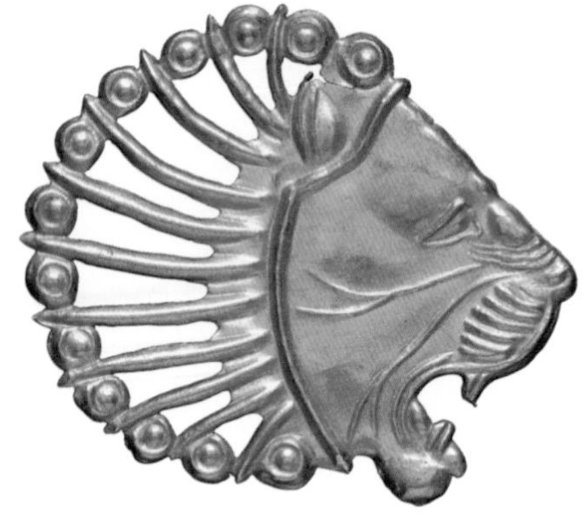

Applique in the shape of a lion's head

Achaemenid (Iran), ca. 6th–4th century B.C.

Gift of Khalil Rabenou, 1956 56.154.1

20__ ____________________

20__ ____________________

20__ ____________________

20__ ____________________

20__ ____________________

The Repast of the Lion

Henri Rousseau (le Douanier), French, 1844–1910

Bequest of Sam A. Lewisohn, 1951 51.112.5

20__ ________________

20__ ________________ 20__ ________________

20__ ________________ 20__ ________________

OCTOBER 8

I Saw the Figure 5 in Gold

Charles Demuth, American, 1883–1935

Alfred Stieglitz Collection, 1949 49.59.1

20__

20__

20__

20__

20__

OCTOBER | 9

Silk Animal Carpet

Islamic (probably Kashan), second half of the 16th century

Bequest of Benjamin Altman, 1913 14.40.721

20__ ______________________________

20__ ______________

20__ ______________

20__ ______________

20__ ______________

OCTOBER | 10

L'Arlésienne: Madame Joseph-Michel Ginoux (Marie Julien, 1848–1911)

Vincent van Gogh, Dutch, 1853–1890

Bequest of Sam A. Lewisohn, 1951 51.112.3

20__ ____________________

20__ ____________________

20__ ____________________

20__ ____________________

20__ ____________________

OCTOBER 11

The Artist's Wife and His Setter Dog

Thomas Eakins, American, 1844–1916

Fletcher Fund, 1923
23.139

20__ ____________________

20__ ____________

20__ ____________

20__ ____________

20__ ____________

OCTOBER | 12

Reproduction of the "Great S-spiral frieze" fresco

Emile Gilliéron père, French, 1911 or early 1912

Mycenaean, Late Helladic III (ca. 1400–1200 B.C.)

Dodge Fund, 1912 12.58.2

20__ ______________________________

20__ ______________

20__ ______________

20__ ______________

20__ ______________

Costume study for Vaslav Nijinsky in the role of Iksender in the ballet "La Péri"

Léon Bakst, Russian, 1866–1924

Gift of Sir Joseph Duveen, 1922 22.226.1

20__ ____________________

20__ ____________________

20__ ____________________

20__ ____________________

20__ ____________________

OCTOBER

14

Jack Rose (Rose Jacqueminot), from the *Flowers* series for Old Judge Cigarettes

Issued by Goodwin & Company, American, 1890

George S. Harris & Sons, American

The Jefferson R. Burdick Collection, Gift of Jefferson R. Burdick 63.350.214.164.47

20__ ______________________________

20__ ______________ 20__ ______________

______________ ______________

______________ ______________

______________ ______________

20__ ______________ 20__ ______________

______________ ______________

______________ ______________

______________ ______________

OCTOBER | 15

A Rose

Thomas Anshutz,
American, 1851–1912

Marguerite and Frank A. Cosgrove Jr. Fund, 1993
1993.324

20__ ____________________

20__ ____________________

20__ ____________________

20__ ____________________

20__ ____________________

OCTOBER

16

Carmelita Requena

Thomas Eakins,
American, 1844–1916

Bequest of Mary Cushing Fosburgh, 1978 1979.135.2

20__ ______________________________

20__ ______________________

20__ ______________________

20__ ______________________

20__ ______________________

OCTOBER | 17

Young Woman with Ibis

Edgar Degas, French, 1834–1917

Gift of Stephen Mazoh and Purchase, Bequest of Gioconda King, by exchange, 2008
2008.277

20__ ____________________

20__ ____________________

20__ ____________________

20__ ____________________

20__ ____________________

OCTOBER

18

The Flower Girl

Charles Cromwell Ingham, American (b. Ireland), 1786–1863

Gift of William Church Osborn, 1902 02.7.1

20__ ______________________________

20__ ______________________________

20__ ______________________________

20__ ______________________________

20__ ______________________________

Still Life: Flowers and Fruit

Severin Roesen, American (b. Prussia), 1816–1872?

Purchase, Bequest of Charles Allen Munn, by exchange, Fosburgh Fund Inc. and Mr. and Mrs. J. William Middendorf II Gifts, and Henry G. Keasbey Bequest, 1967 67.111

20__ ________________

20__ ________________

20__ ________________

20__ ________________

20__ ________________

OCTOBER | 20

The Belles Heures of Jean de France, duc de Berry

Herman, Paul, and Jean de Limbourg, Franco-Netherlandish, active by 1399–1416

The Cloisters Collection, 1954
54.1.1a, b

20__ ______________________________

20__ ______________________________

20__ ______________________________

20__ ______________________________

20__ ______________________________

OCTOBER | 21

Theodosius Arrives at Ephesus, from a Scene from the Legend of the Seven Sleepers of Ephesus

French (Rouen), ca. 1200–1210

The Cloisters Collection, 1980 1980.263.4

20__ ____________________

20__ ____________________

20__ ____________________

20__ ____________________

20__ ____________________

OCTOBER 22

Avenue of the Allies, Great Britain, 1918

Childe Hassam,
American, 1859–1935

Bequest of Miss Adelaide Milton de Groot (1876–1967), 1967 67.187.127

20__ ______________________

20__ ______________________

20__ ______________________

20__ ______________________

20__ ______________________

Portrait of a German Officer
Marsden Hartley,
American, 1877–1943
Alfred Stieglitz Collection, 1949 49.70.42

OCTOBER | 23

20__ ______________________________

20__ ______________________________

20__ ______________________________

20__ ______________________________

20__ ______________________________

OCTOBER
24

Pair of Minbar Doors

Islamic, ca. 1325–1330

Edward C. Moore Collection, Bequest of Edward C. Moore, 1891 91.1.2064

20__ ______________________________

20__ ______________

20__ ______________

20__ ______________

20__ ______________

OCTOBER | 25

"Rosette Bearing the Names and Titles of Shah Jahan",
Folio from the *Shah Jahan Album*

Indian, Mughal period (ca. 1526–1858)

Purchase, Rogers Fund and The Kevorkian Foundation Gift, 1955
55.121.10.39

20__ ______________________________

20__ ______________

20__ ______________

20__ ______________

20__ ______________

OCTOBER | 26

Crouching Tiger

Eugène Delacroix, French, 1798–1863

Gift from the Karen B. Cohen Collection of Eugène Delacroix, in honor of Sanford I. Weill, 2013 2013.1135.5

20__ ______________________________

20__ ______________________________

20__ ______________________________

20__ ______________________________

20__ ______________________________

Tiger and Cubs

Jean-Léon Gérôme, French, 1824-1904

Bequest of Susan P. Colgate, in memory of her husband, Romulus R. Colgate, 1936 36.162.4

20__ ______________________

20__ ______________________

20__ ______________________

20__ ______________________

20__ ______________________

OCTOBER

28

Relief plaque with face of an owl

Egyptian, Late Period–Ptolemaic Period (400–30 B.C.)

Rogers Fund, 1907
07.228.11

20__ ____________________

20__ ____________________

20__ ____________________

20__ ____________________

20__ ____________________

OCTOBER | 29

Owl Finial

Zenu or Sinu (Colombia), ca. 5th–10th century

The Michael C. Rockefeller Memorial Collection, Bequest of Nelson A. Rockefeller, 1979 1979.206.920

20__ ____________________

20__ ____________________

20__ ____________________

20__ ____________________

20__ ____________________

OCTOBER | 30

Dancer in Green

Edgar Degas,
French, 1834–1917

Bequest of Joan Whitney Payson, 1975
1976.201.7

20__ ______________________________

20__ ______________

20__ ______________

20__ ______________

20__ ______________

Carmencita

William Merritt Chase, American, 1849–1916

Gift of Sir William Van Horne, 1906 06.969

20__

20__

20__

20__

20__

NOVEMBER

1

Penelope

Charles-François Marchal, French, 1825–1877

Gift of Mrs. Adolf Obrig, in memory of her husband, 1917 17.138.2

20__ ______________________

20__ ______________________

20__ ______________________

20__ ______________________

20__ ______________________

Princess Pauline Metternich (1836–1921) on the Beach

Eugène Boudin,
French, 1824–1898

The Walter H. and Leonore Annenberg Collection, Gift of Walter H. and Leonore Annenberg, 1999, Bequest of Walter H. Annenberg, 2002
1999.288.1

20__ ____________________

20__ ____________________

20__ ____________________

20__ ____________________

20__ ____________________

NOVEMBER | 3

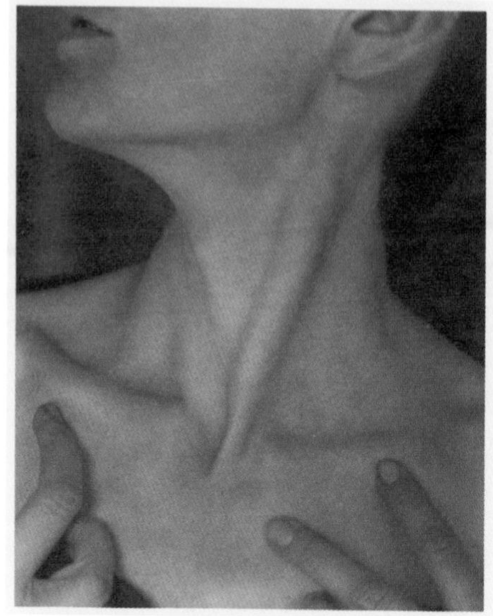

Georgia O'Keeffe—Neck

Alfred Stieglitz,
American, 1864–1946

Gift of Georgia O'Keeffe, through the generosity of The Georgia O'Keeffe Foundation and Jennifer and Joseph Duke, 1997
1997.61.19

20__ __

20__ __

20__ __

20__ __

20__ __

Madame X (Madame Pierre Gautreau)

John Singer Sargent,
American, 1856–1925

Arthur Hoppock Hearn Fund, 1916 16.53

NOVEMBER | 4

20__ ____________________

20__ ____________________

20__ ____________________

20__ ____________________

20__ ____________________

NOVEMBER | 5

Young Woman with a Water Pitcher

Johannes Vermeer, Dutch, 1632–1675

Marquand Collection, Gift of Henry G. Marquand, 1889 89.15.21

20__ ____________________

20__ ____________________

20__ ____________________

20__ ____________________

20__ ____________________

NOVEMBER | 6

Study Head of a Woman

Jean-Baptiste Greuze, French, 1725–1805

Purchase, 1871 71.91

20__

20__

20__

20__

20__

NOVEMBER | 7

Studies of a Young Woman

Adolph Menzel, German, 1815–1905

Robert Lehman Collection, 1975 1975.1.869

20__ ____________________

20__ ____________________

20__ ____________________

20__ ____________________

20__ ____________________

[Floyd and Lucille Burroughs on Porch, Hale County, Alabama]

Walker Evans, American, 1903–1975

Purchase, Marlene Nathan Meyerson Family Foundation Gift, in memory of David Nathan Meyerson; and Pat and John Rosenwald and Lila Acheson Wallace Gifts, 1999 1999.237.4

20__ ______________________________

20__ ______________

20__ ______________

20__ ______________

20__ ______________

NOVEMBER | 9

A Goldsmith in his Shop

Petrus Christus, Netherlandish, active by 1444–died 1475/76

Robert Lehman Collection, 1975 1975.1.110

20__ ______________________________

20__ ______________________________

20__ ______________________________

20__ ______________________________

20__ ______________________________

NOVEMBER | 10

Antoine-Laurent Lavoisier (1743–1794) and His Wife (Marie-Anne-Pierrette Paulze, 1758–1836)

Jacques Louis David,
French, 1748–1825

Purchase, Mr. and Mrs. Charles Wrightsman Gift, in honor of Everett Fahy, 1977 1977.10

20__ ______________________________

20__ ______________________________

20__ ______________________________

20__ ______________________________

20__ ______________________________

NOVEMBER | 11

Allegory of Music

Laurent de La Hyre, French, 1606–1656

Charles B. Curtis Fund, 1950 50.189

20__ ______________________

20__ ______________________

20__ ______________________

20__ ______________________

20__ ______________________

NOVEMBER | 12

The Musicians

Caravaggio (Michelangelo Merisi), Italian, 1571–1610

Rogers Fund, 1952 52.81

20__ ____________________

20__ __________ 20__ __________

20__ __________ 20__ __________

NOVEMBER 13

Portland vase

Josiah Wedgwood and Sons, British, 1759–present

Gift of Henry G. Marquand, 1894 94.4.172

20__ ________________________________

20__ ________________

20__ ________________

20__ ________________

20__ ________________

NOVEMBER

Terracotta amphora

Attributed to the Berlin Painter, Greek, Attic, Late Archaic (ca. 490 B.C.)

Fletcher Fund, 1956 56.171.38

20__ ______________________

20__ ____________ 20__ ____________

20__ ____________ 20__ ____________

NOVEMBER

15

Bronze statuette of a veiled and masked dancer

Greek, Hellenistic period, 3rd–2nd century B.C.

Bequest of Walter C. Baker, 1971 1972.118.95

20__ ______________________________

20__ ______________ 20__ ______________

______________ ______________

______________ ______________

______________ ______________

20__ ______________ 20__ ______________

______________ ______________

______________ ______________

______________ ______________

NOVEMBER | 16

The Singer in Green

Edgar Degas,
French, 1834–1917

Bequest of Stephen C. Clark, 1960 61.101.7

20__ ____________________

20__ ____________

20__ ____________

20__ ____________

20__ ____________

NOVEMBER

17

Steamfitter

Lewis Hine,
American, 1874–1940

Ford Motor Company Collection, Gift of Ford Motor Company and John C. Waddell, 1987
1987.1100.146

20__ ______________________

20__ ______________________

20__ ______________________

20__ ______________________

20__ ______________________

NOVEMBER | 18

A Woman Ironing

Edgar Degas,
French, 1834–1917

H. O. Havemeyer Collection, Bequest of Mrs. H. O. Havemeyer, 1929 29.100.46

20__ ______________________________

20__ ______________ 20__ ______________

20__ ______________ 20__ ______________

NOVEMBER 19

Armor Garniture of George Clifford (1558–1605), Third Earl of Cumberland

Made under the direction of Jacob Halder, British, 1558–1608

Munsey Fund, 1932
32.130.6a–y

20__ ______________________________

20__ ______________________________

20__ ______________________________

20__ ______________________________

20__ ______________________________

Album of Tournaments and Parades in Nuremberg

German (Nuremberg), late 16th–mid-17th century

Rogers Fund, 1922 22.229

20__ ____________________

20__ ____________________

20__ ____________________

20__ ____________________

20__ ____________________

NOVEMBER

21

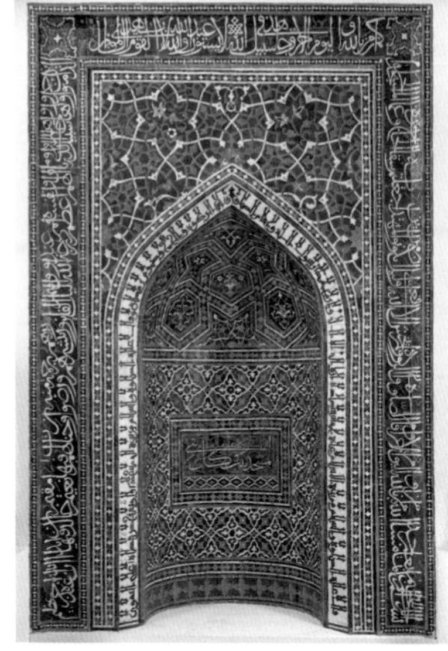

Mihrab (Prayer Niche)

Islamic (Isfahan), A.H. 755/A.D. 1354–1355

Harris Brisbane Dick Fund, 1939 39.20

20__ ______________________

20__ ______________________

20__ ______________________

20__ ______________________

20__ ______________________

Two Panels with striding lions

Babylonian (Mesopotamia), ca. 604–562 B.C.

Fletcher Fund, 1931 31.13.1-.2

20__ ____________________

20__ ____________________

20__ ____________________

20__ ____________________

20__ ____________________

NOVEMBER | 23

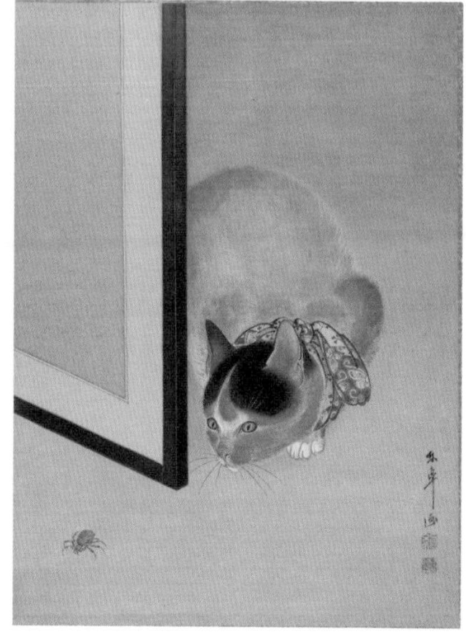

Cat Watching a Spider
Ōide Tōkō, Japanese, 1841–1905

Charles Stewart Smith Collection, Gift of Mrs. Charles Stewart Smith, Charles Stewart Smith Jr., and Howard Caswell Smith, in memory of Charles Stewart Smith, 1914 14.76.61.73

20__

20__

20__

20__

20__

NOVEMBER

24

Cat Statuette intended to contain a mummified cat

Egyptian,
Ptolemaic Period
(ca. 332–30 B.C.)

Harris Brisbane Dick Fund, 1956 56.16.1

20__ ____________________

20__ ____________________

20__ ____________________

20__ ____________________

20__ ____________________

NOVEMBER

25

View of Toledo

El Greco, Greek, 1540/41–1614

H. O. Havemeyer Collection, Bequest of Mrs. H. O. Havemeyer, 1929 29.100.6

20__ ______________________

20__ ____________ 20__ ____________

20__ ____________ 20__ ____________

NOVEMBER | 26

The Bathing Pool

Hubert Robert,
French, 1733–1808

Gift of J. Pierpont Morgan, 1917 17.190.29

20__ ______________________________

20__ ______________________________

20__ ______________________________

20__ ______________________________

20__ ______________________________

NOVEMBER

27

[Study of Leaves on a Background of Floral Lace]

Charles Hippolyte Aubry, French, 1811–1877

Gilman Collection, Purchase, Howard Gilman Foundation Gift, 2004 2004.106

20__

20__

20__

20__

20__

NOVEMBER | 28

Marble akroterion

Greek, ca. 350–325 B.C.

Rogers Fund, 1920
20.198

20__

20__

20__

20__

20__

NOVEMBER

29

A Bouquet of Flowers in a Crystal Vase

Nicolaes van Veerendael, Flemish, 1640–1691

Bequest of Stephen Whitney Phoenix, 1881
81.1.652

20__ ______________________________

20__ ______________

20__ ______________

20__ ______________

20__ ______________

Peonies Blown in the Wind

John La Farge,
American, 1835–1910

Gift of Susan Dwight Bliss, 1930 30.50

20__ ______________________________

20__ ______________________________

20__ ______________________________

20__ ______________________________

20__ ______________________________

DECEMBER

1

[Fontainebleau Forest]

Eugène Cuvelier, French, 1837–1900

Purchase, The Horace W. Goldsmith Foundation Gift, through Joyce and Robert Menschel, 1987
1987.1036.1

20__ ______________________________

20__ ______________

20__ ______________

20__ ______________

20__ ______________

DECEMBER | 2

[Brooklyn Bridge, New York]

Walker Evans,
American, 1903–1975

Gift of Arnold Crane, 2003 2003.564.1

20__

20__

20__

20__

20__

DECEMBER | 3

Still Life—Violin and Music

William Michael Harnett,
American,
1848–1892

Catharine Lorillard Wolfe Collection, Wolfe Fund, 1963 63.85

20__ ______________________________

20__ ______________

20__ ______________

20__ ______________

20__ ______________

DECEMBER | 4

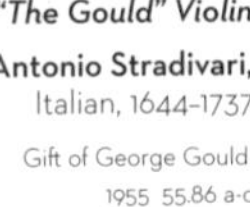

"The Gould" Violin

Antonio Stradivari,
Italian, 1644–1737

Gift of George Gould, 1955 55.86 a-c

20__

20__

20__

20__

20__

DECEMBER | 5

Still Life with Cake

Raphaelle Peale, American, 1774-1825

Maria DeWitt Jesup Fund, 1959 59.166

20__ ________________

20__ ________________

20__ ________________

20__ ________________

20__ ________________

DECEMBER | 6

Saint Justina of Padua

Bartolomeo Montagna (Bartolomeo Cincani),
Italian, before 1459–1523

Bequest of Benjamin Altman, 1913 14.40.606

20__ ______________________________

20__ ______________ 20__ ______________

20__ ______________ 20__ ______________

DECEMBER | 7

Tile with Floral and Cloud-band Design

Turkish (Iznik), ca. 1578

Gift of William B. Osgood Field, 1902 02.5.91

20__ ______________________________

20__ ______________ 20__ ______________

______________ ______________

______________ ______________

______________ ______________

20__ ______________ 20__ ______________

______________ ______________

______________ ______________

______________ ______________

Dish Depicting Two Birds Among Flowering Plants

Turkish (Iznik), ca. 1575–1590

Gift of James J. Rorimer in appreciation of Maurice Dimand's curatorship, 1933–1959, 1959 59.69.1

20__ ______________________________

20__ ______________

20__ ______________

20__ ______________

20__ ______________

DECEMBER | 9

Shore and Surf, Nassau

Winslow Homer, American, 1836–1910

Amelia B. Lazarus Fund, 1910 10.228.5

20__ ______________________________

20__ ______________

20__ ______________

20__ ______________

20__ ______________

Under the Wave off Kanagawa (Kanagawa oki nami ura), **also known as** ***The Great Wave*****, from the series** ***Thirty-six Views of Mount Fuji***

Katsushika Hokusai, Japanese, 1760–1849

H. O. Havemeyer Collection, Bequest of Mrs. H. O. Havemeyer, 1929 JP1847

20__ ____________________

20__ ____________________

20__ ____________________

20__ ____________________

20__ ____________________

DECEMBER | 11

The Creation of the World and the Expulsion from Paradise
Giovanni di Paolo, Italian, 1398–1482
Robert Lehman Collection, 1975 1975.1.31

20__ ____________________

20__ ____________________

20__ ____________________

20__ ____________________

20__ ____________________

Armorial Plate (tondino): The Story of King Midas

Nicola da Urbino, Italian, active by 1520–died 1537/38

Robert Lehman Collection, 1975 1975.1.1019

20__ ____________________

20__ ____________________

20__ ____________________

20__ ____________________

20__ ____________________

DECEMBER | 13

Aquamanile in the Form of a Horse

German, ca. 1400

Gift of William M. Laffan, 1910 10.13.4a

20__ ____________________

20__ ____________________

20__ ____________________

20__ ____________________

20__ ____________________

DECEMBER

14

Illustration for "La Belle Vassilissa" [The Red Knight passes Vassilissa in the Forest]

Boris Zvorykin,
Russian, 1872–1942

Gift of Thomas H. Guinzburg, The Viking Press, 1979
1979.537.12

20__ ____________________

20__ ____________________

20__ ____________________

20__ ____________________

20__ ____________________

DECEMBER 15

Snow Scene

Bruce Crane, American, 1857–1937

George A. Hearn Fund, 1968 68.40

20__ ____________________

20__ ____________________

20__ ____________________

20__ ____________________

20__ ____________________

Haystacks (Effect of Snow and Sun)

Claude Monet, French, 1840–1926

H. O. Havemeyer Collection, Bequest of Mrs. H. O. Havemeyer, 1929 29.100.109

20__ ______________________________

20__ ______________

20__ ______________

20__ ______________

20__ ______________

DECEMBER | 17

View from the Sentinel Dome, Yosemite
Carleton E. Watkins, American, 1829–1916
Purchase, Joseph Pulitzer Bequest, 1989 1989.1084.1

20__ ____________

20__ ____________

20__ ____________

20__ ____________

20__ ____________

Winter Scene in Moonlight

Henry Farrer, American, 1844–1903

Purchase, Morris K. Jesup Fund, Martha and Barbara Fleischman, and Katherine and Frank Martucci Gifts, 1999 1999.19

20__ ______________________

20__ ______________________

20__ ______________________

20__ ______________________

20__ ______________________

DECEMBER

19

The Octopus

Alvin Langdon Coburn, British, 1882–1966

Ford Motor Company Collection, Gift of Ford Motor Company and John C. Waddell, 1987
1987.1100.13

20__ ______________________

20__ ______________________

20__ ______________________

20__ ______________________

20__ ______________________

The Boulevard Montmartre on a Winter Morning

Camille Pissarro, French, 1830–1903

Gift of Katrin S. Vietor, in loving memory of Ernest G. Vietor, 1960 60.174

20__ ______________________________

20__ ______________________________

20__ ______________________________

20__ ______________________________

20__ ______________________________

DECEMBER 21

Evening Snow at Kanbara, from the series "Fifty-three Stations of the Tōkaidō"

Utagawa Hiroshige, Japanese, 1797–1858

The Howard Mansfield Collection, Purchase, Rogers Fund, 1936 JP2492

20__ ______________________

20__ ______________________

20__ ______________________

20__ ______________________

20__ ______________________

Rue Eugène Moussoir at Moret: Winter

Alfred Sisley, British, 1839–1899

Bequest of Ralph Friedman, 1992 1992.366

20__ ______________________

20__ ______________________

20__ ______________________

20__ ______________________

20__ ______________________

Central Park, Winter

William James Glackens, American, 1870–1938

George A. Hearn Fund, 1921 21.164

20__ ____________________

20__ ____________________

20__ ____________________

20__ ____________________

20__ ____________________

DECEMBER | 24

Central Park, Winter – The Skating Pond

After a painting by Charles Parsons, American (b. England), 1821–1910

Lithographed by Lyman W. Atwater, American, 1835–1891

Published and printed by Currier & Ives, American, active 1857–1907

Bequest of Adele S. Colgate, 1962 63.550.266

20__ ______________________________

20__ ______________ 20__ ______________

20__ ______________ 20__ ______________

DECEMBER 25

The Adoration of the Christ Child

Follower of Jan Joest of Kalkar, Netherlandish, active ca. 1515

The Jack and Belle Linsky Collection, 1982 1982.60.22

20__ ______________________________

20__ ______________

20__ ______________

20__ ______________

20__ ______________

The Brioche

Édouard Manet, French, 1832–1883

Partial and Promised Gift of an Anonymous Donor, 1991 1991.287

20__ ______________________________

20__ ______________

20__ ______________

20__ ______________

20__ ______________

DECEMBER

27

[Snow Crystal]

Wilson Alwyn Bentley, American, 1865–1931

Josh Rosenthal Fund, 2005 2005.55.3

20__ ______________________

20__ ______________________

20__ ______________________

20__ ______________________

20__ ______________________

Star-Shaped Tile

Islamic, second half 13th–14th century

H. O. Havemeyer Collection, Gift of Horace Havemeyer, 1940
40.181.16

20__ ____________________

20__ ____________

20__ ____________

20__ ____________

20__ ____________

DECEMBER | 29

Making a Snow-lion

Yu Ming, Chinese, 1884–1935

Gift of Robert Hatfield Ellsworth, in memory of La Ferne Hatfield Ellsworth, 1986
1986.267.147

20__ ______________________________

20__ ______________ 20__ ______________

______________ ______________

______________ ______________

______________ ______________

20__ ______________ 20__ ______________

______________ ______________

______________ ______________

______________ ______________

Polar Bear

François Pompon,
French, 1855–1933

Purchase, Edward C. Moore Jr. Gift, 1930 30.123ab

20__ ______________________

20__ ______________________

20__ ______________________

20__ ______________________

20__ ______________________

DECEMBER

31

Celestial Globe with Clockwork

Gerhard Emmoser,
German, active 1556–1584

Gift of J. Pierpont Morgan, 1917 17.190.636

20__ ______________________

20__ ______________________

20__ ______________________

20__ ______________________

20__ ______________________